वासंतिका

संपादक
वि. स. खांडेकर

मेहता पब्लिशिंग हाऊस

✆ +91 020-24476924 / 24460313

Email : info@mehtapublishinghouse.com
production@mehtapublishinghouse.com
sales@mehtapublishinghouse.com

Website : www.mehtapublishinghouse.com

◆ *या पुस्तकातील लेखकाची मते, घटना, वर्णने ही त्या लेखकाची असून त्याच्याशी प्रकाशक सहमत असतीलच असे नाही.*

VASANTIKA by V. S. KHANDEKAR

वासंतिका / लघुनिबंध

संपादक : वि. स. खांडेकर

© सुरक्षित

मराठी पुस्तक प्रकाशनाचे हक्क मेहता पब्लिशिंग हाऊस, पुणे.

प्रकाशक : सुनील अनिल मेहता, मेहता पब्लिशिंग हाऊस,
१९४१, सदाशिव पेठ, माडीवाले कॉलनी, पुणे – ४११०३०.

मुखपृष्ठ : चंद्रमोहन कुलकर्णी

प्रकाशनकाल : १९४९ / फेब्रुवारी, १९९७ / पुनर्मुद्रण : डिसेंबर, २००७

P Book ISBN 9788171616619
E Book ISBN 9789386342836

प्रास्ताविक

इंग्रजी राज्य व इंग्रजी शिक्षण महाराष्ट्रात सुप्रतिष्ठित झाल्यानंतर मराठी गद्याच्या विकासाला प्रारंभ झाला. १८१८ पासून १८७४ पर्यंतच्या म्हणजे 'निबंधमाले'च्या जन्मापर्यंतच्या काळात अनेक लहान-मोठे गद्यलेखक उदयाला आले. छत्रे, महाजन, जांभेकर, गुंजीकर, कृष्णशास्त्री चिपळूणकर, लोकहितवादी वगैरे कितीतरी पंडितांनी पोटतिडिकीने - भाषेविषयीच्या निस्सीम प्रेमाने आणि समाजाची सर्वांगीण सुधारणा व्हावी, या तळमळीने - या अर्धशतकात विविध व विपुल गद्यलेखन केले. या काळातल्या त्यांच्या लेखांनी निबंध या वाङ्मयप्रकाराची पायाभरणी केली, असे स्थूलमानाने म्हणता येईल.

प्राचीन मराठी वाङ्मयात या पद्धतीचे लेखन नव्हते, हे खरे आहे; पण अशा प्रकारच्या लेखनाचे नीटनेटके व ठसठशीत बाह्यरूप जुन्या वाङ्मयात दृग्गोचर होत नसले, तरी त्याचा आत्मा या नाही त्या रूपाने त्या काळातही प्रगट होत असेच. अध्यात्म हा संतकवींचा कितीही आवडता विषय असला आणि रामायण-महाभारतांतल्या कथा अलंकारयुक्त शैलीने वर्णन करण्यात पंडित कवी कितीही रंगून गेले असले, तरी निबंधलेखकांचे जे एक मुख्य कार्य - समाजाला निद्रेतून जागे करणे, जीवनातल्या मूल्यांचा निर्भय आणि प्रामाणिक दृष्टीने विचार करायला त्याला शिकविणे, जे असत् आणि अमंगल आहे, त्याच्यावर तर्कशुद्ध प्रहार करणे, जे सत् आणि मंगल आहे, त्याचा सावेश पुरस्कार करणे— ते त्यांची वाणीही अधूनमधून केल्याशिवाय राहत नसे.

तसे पाहिले, तर तुकाराम हा काही जीवनाच्या ऐहिक रसात रमणारा कवी नाही. त्याने संसार केला, पण तो प्रपंचापेक्षा परमार्थ श्रेष्ठ मानूनच! तथापि, अशा वैराग्यशील कवीचे अभंग आपण चाळू लागलो, तर अनेक ठिकाणी विठ्ठलभक्ती बाजूला ठेवून, त्याने भोवतालच्या सामाजिक सोंगाढोंगांवर मोठ्या त्वेषाने कोरडे ओढले आहेत, असे दिसून येईल. भोवतालच्या बुवाबाजीचा उपहास तो किती तीव्रतेने करतो, हे पाहण्याजोगे आहे. तो म्हणतो -

भगवें तरी श्वान । सहज वेष त्याचा
तेथ अनुभवाचा । काय पंथ?
वाढवुनी जटा । फिरे दाही दिशा
तरी जंबुवेषा । सहजस्थिति
कोरोनिया भूमि । करिती मधें वास
तरी उंदरास । काय वाणी?
दुसऱ्या एका ठिकाणी तो उद्गारतो —
कन्या गो करी कथेचा विकरा ।
चांडाळ तो खरा तया नांवें ॥
गुण अवगुण हे दोन्ही प्रमाण ।
यातीशीं कारण नाहीं देवा ॥

जणूकाही आजकालच्या काळ्या बाजाराचा जमाना पाहिला असावा, अशा
थाटाने तिसऱ्या ठिकाणी तुकाराम बोलून जातो —

पाप न लगे धुंडावें । पाहिजे तरी तेथें जावें
जकातीचा धंदा । तेथें पाप वसे सदा

वामनांच्या कवितेत भरत कैकेयीची निर्भर्त्सना करतो, तेव्हा किंवा मोरोपंतांच्या
काव्यात कृष्ण आणि कर्ण यांचे वाग्युद्ध सुरू होते, तेव्हा निबंधकाराचे अंगी जे गुण
असावे लागतात, त्यांचे ओझरते दर्शन आपल्याला होते. तो काळ पद्याचा होता,
ऐहिकापेक्षा पारमार्थिकाला महत्त्व देणारा होता. अशा परिस्थितीत निबंधकाराचा
आत्मा सुस्पष्ट रीतीने प्रगट होणे कठीण होते. तथापि, रामदासांची कविता—
विशेषत: दासबोध— वाचणारा, मराठी प्राचीन वाङ्मयाला निबंधकाराची वृत्ती
अपरिचित होती, असे कधीच म्हणणार नाही.

पेशवाईनंतरच्या साठ वर्षांत वाङ्मयाच्या जुन्या प्रकाराचे पुनरुज्जीवन झाले;
नवे रूढ होऊ लागले. १८७४ मध्ये निबंधमालेचा जन्म होऊन मराठीतल्या स्फुट
गद्यलेखनाने निबंधाचे नवे डौलदार रूप धारण केले. पुढे जवळजवळ पन्नास वर्षे
त्याचे हे स्वरूप कायम राहिले. चिपळूणकरांपासून केळकरांपर्यंत अनेक मोठ्या
लेखकांनी या काळात मराठीतले निबंध-वाङ्मय विविध गुणांनी संपन्न केले.

❦ ❦

१८७४ पासून सुरू झालेल्या वाङ्मयातल्या नव्या कालचक्राचा फेरा १९२०
च्या आसपास पूर्ण झाला.

१९२० नंतर मराठी वाङ्मयात कविता, लघुकथा, निबंध, कादंबरी वगैरे सर्व

क्षेत्रांत नवनवे प्रयोग सुरू झाले. दिवाकरांची नाट्यछटा याच काळात निर्माण झाली. गुर्जरांची घटनाप्रधान कथा थोडीशी मागे पडून, भावनांना आणि त्यांच्या विश्लेषणाला महत्त्व देणारी नवी कथा दिवाकर कृष्णांनी याच वेळी लिहिली. वैचारिक दृष्टीने महत्त्वाच्या असलेल्या 'सुशीलेचा देव, 'गोंडवनातील प्रियंवदा', 'आशावादी', वगैरे जोशी-केतकरांच्या कादंबऱ्या, रंजकता व कलात्मकता या गुणांमुळे आकर्षक वाटणाऱ्या फडक्यांच्या 'जादूगार', 'दौलत'- सारख्या कादंबऱ्या आणि 'सुकलेले फूल' सारखी पु. य. देशपांडे यांची मनोविश्लेषणात्मक दीर्घकथा या सर्वांकडे आज ऐतिहासिक दृष्टीने पाहिले, म्हणजे १९२०-३० या दशकात मराठी कादंबरीत किती झपाट्याने बदल होत होते, याची चांगली कल्पना येते. रविकिरण मंडळाची काव्यप्रांतातली महत्त्वाची कामगिरी याच काळात झाली.

साहजिकच निबंधाच्या क्षेत्रातही या संक्रमणकाळात बदल होणे अपरिहार्य होते. 'निबंधमाले'च्या जन्माला पन्नास वर्षे होत आली होती, टिळक, आगरकर, परांजपे, केळकर, अच्युतराव कोल्हटकर वगैरे लेखक आधी पत्रकार व मग साहित्यिक असल्यामुळे 'केसरी'च्या जन्मापासून टिळकांच्या मृत्यूपर्यंत विचार आणि अर्थातच त्याचा प्रचार या गोष्टी मराठी निबंधाचा आत्मा बनून राहिल्या होत्या. प्रचारक असूनही आगरकर, परांजपे, केळकर वगैरे निबंधकारांचे लेखन आकर्षक झाले, ते त्यांच्या अंगी असलेल्या विविध वाङ्मयगुणांमुळे! पण या सर्वांना आपले विषय भोवतालच्या राजकीय रणधुमाळीतून आणि सामाजिक संघर्षांतून उचलावे लागले. त्यांची प्रतिमा तरल होती, पण विषयांची निवड स्वच्छंदपणे करणे त्यांना शक्य नव्हते. कुठलाही विषय स्वैरपणे फुलविण्याचे स्वातंत्र्यही त्यांना नव्हते. ते आघाडीवर लढणारे सैनिक होते. अंत:पुरात किंवा देवालयात गाणारे गायक नव्हते. अर्थातच 'निबंधमाले'च्या जन्मापासून टिळकांच्या मृत्यूपर्यंत महाराष्ट्रात जे निबंधलेखन झाले, ते स्वभावत:च गंभीर होते. त्यात पांडित्य होते, तर्कशुद्धता होती, आवेश होता, अभिनिवेश होता, वीरवृत्ती होती; पण त्यात आत्माविष्कार नव्हता, जीविताच्या लहानसहान सौंदर्यात रमून जाण्याची वृत्ती नव्हती.

१९२० नंतर ही स्थिती पालटली. साहित्यिक व पत्रकार हे दोन वर्ग हळूहळू निराळे होऊ लागले. दैनिकांचा प्रसार होऊ लागल्यामुळे पूर्वीचे निबंधकार आपल्या साप्ताहिक अग्रलेखांतून प्रचाराबरोबर जो वाङ्मयविलास प्रगट करीत असत, तो दुर्मीळ होऊ लागला. स्वैर व खेळकर पद्धतीने लहानसहान अथवा घरगुती विषयांवर निबंध लिहिणारे आल्फा ऑफ दि प्लॉऊ, लिंड, ल्युकास वगैरे लेखकही याच वेळी कॉलेजातल्या अभ्यासक्रमातून व बाहेरून विद्यार्थ्यांच्या आणि सुशिक्षितांच्या परिचयाचे होऊ लागले. पेशाने किंवा प्रवृत्तीने पत्रकार नसलेल्या साहित्यिकांना त्यांच्यासारखे आपणही काही लिहावे, असे वाटणे स्वाभाविक होते. स्कॉट-

डिकेन्सपासून हरिभाऊंनी, मोलियर-शेक्सपिअरपासून कोल्हटकर-खाडिलकरांनी, शेले-वर्डस्वर्थपासून केशवसुत-टिळकांनी आपापल्या नव्या पद्धतीच्या लेखनाला लागणारी स्फूर्ती जशी घेतली, तसेच हे घडले. १९२६ साली फडके, 'रत्नाकरा'तून 'गुजगोष्टी' लिहू लागले. 'निकाल द्या' हा खांडेकरांचा लघुनिबंध १९२७ साली सावंतवाडीच्या 'वैनतेय' साप्ताहिकातून प्रसिद्ध झाला. चिपळूणचे बर्वे १९२८ पासून लिंड व गार्डिनर यांचे लिखाण डोळ्यासमोर ठेवून लेखन करू लागले. पुढे 'संजीवनी' पाक्षिकातून काणेकरांची 'पिकली पाने' सुरू झाली. या व यांच्या बरोबरीने त्यावेळी लिहू लागलेल्या इतर अनेक लेखकांच्या नव्या प्रकारच्या निबंधांत चेहऱ्यामोहऱ्याच्या दृष्टीने फार साम्य होते, अथवा गुणांच्या दृष्टीने त्यांची एकमेकांशी तुलना होण्याजोगी होती, असे मुळीच नाही. त्या सर्वांची स्फूर्तिस्थाने भिन्न भिन्न असू शकतील; पण कालमाहात्म्यामुळे असो, सामाजिक स्थित्यंतरामुळे असो, अथवा लेखकांच्या प्रकृतिधर्मामुळे असो, नव्या प्रकारचा निबंध निर्माण होण्याला अनुकूल असे वातावरण या वेळी निर्माण झाले होते, यात शंका नाही.

❦ ❦

ज्याला आपण सध्या लघुनिबंध म्हणतो, तो अशा रीतीने १९२५ ते ३० च्या दरम्यान मराठीत रूढ होऊ लागला. मात्र याचा अर्थ त्यापूर्वी या पद्धतीचे लेखन आपल्याकडे मुळीच झाले नव्हते, असे नाही. शिवरामपंत परांजपे मुख्यत: राजकीय निबंधकार होते. कल्पकता व उपरोध या आपल्या प्रतिभेच्या दोन शक्ती— शक्ती कसल्या, अस्त्रेच होती ती— त्यांनी सतत स्वातंत्र्याच्या पुरस्काराकरिता आणि गुलामगिरीविषयी जनतेच्या मनात चीड निर्माण करण्याकरिता राबविल्या. असे असूनही त्यांच्या लेखनात अगदी आधुनिक पद्धतीचा लघुनिबंधकार क्वचित डोकावून पाहतो. या विशिष्ट दृष्टीने 'चंद्राचा सोनेरी राजवाडा' हा त्यांचा निबंध (काळातील निवडक निबंध, भा.१०) अभ्यासण्याजोगा आहे. तो अवघा चार पृष्ठांचा - म्हणजे अक्षरश: लघुनिबंध - आहे, हे तर खरेच; पण त्याच्या बाह्यस्वरूपापेक्षाही त्याचे अंतरंग आजकालच्या लघुनिबंधाच्या आत्म्याशी मिळते-जुळते आहे, ही महत्त्वाची गोष्ट आहे. या निबंधाचा आरंभ असा होतो :

'अक्षयतृतीयेची संध्याकाळ. रात्री काही खायचे नसल्यामुळे बाबासाहेब अंगणात टाकलेल्या एका पलंगावर हवा खात बसले आहेत, त्यांचा चार-पाच वर्षांचा लहान मुलगा बापाजवळ येऊन बसतो. घराच्या पश्चिमेच्या बाजूला एक लहानसा डोंगर आहे. त्याच्या माथ्याला शुद्ध तृतीयेची चंद्रकोर टेकलेली दिसते. मुलगा ती पाहतो आणि बापाला विचारतो, 'बाबा, हा चंद्र आता कोठे मावळणार? या टेकडीच्या मागंच याचं घर आहे, होय ना? तिथं तो आपल्या घरी जाईल आणि उद्या फिरून

येईल. खरं ना? मला आजीनं सांगितलं की, तिथं त्याचं घर आहे. खरंच का, हो, बाबा, त्याचं घर या टेकडीच्या मागं आहे?'

मुलाच्या या प्रश्नानं उदास मनःस्थितीत असलेल्या बाबासाहेबांचे विचारचक्र सुरू होते. ते स्वतःशीच म्हणतात,

'काय हे लहान मुलांचे प्रश्न! या प्रश्नांची उत्तरं कोण देऊ शकणार आहे? मी अनेक शास्त्रांचं अध्ययन केलं आहे; पण तेवढ्यामुळे चंद्र कोठे मावळतो, असल्या प्रश्नाचे मला तरी याच्यापेक्षा काय जास्त ज्ञान झालं आहे? आमचे हे सुशिक्षण, पंडितत्व, विद्याविभूषित्त्व म्हणजे केवळ मनुष्याचं ज्ञान किती थोडे आहे आणि अज्ञान किती मोठं आहे, हे दाखविण्याकरिताच होय. एखाद्या अमर्याद भुयारातील अंधकार किती आहे, हे दाखविण्याकरिताच फक्त जसा एखाद्या दिवलीचा उपयोग होतो, तशी ही आमची ज्ञानाची दिवली आहे.'

अशाप्रकारचे अनेक विचार बाबासाहेबांच्या मनात घोळत राहतात. त्यांची मानसिक भ्रमंती हा या निबंधाचा आत्मा आहे. त्यानंतर त्या विचारांना शिवरामपंतांनी एक कलाटणी दिली आहे. विचार करकरून थकल्यानंतर बाबासाहेबांच्या मनात येते -

'जेव्हा या टेकडीच्या पाठीमागं चंद्राचं घर आहे आणि तिथंच तो मावळतो, असं मला वाटत होतं, ते दिवस फिरून आले, तर मी किती सुखी होईन; पण आता ते माझं सुख गेलं. मी मोठा झालो. मी सज्ञान झालो. मला समजू लागलं की, पृथ्वी वाटोळी आहे आणि चंद्र तिच्याभोवती फिरतो आणि आपल्याइकडे तो मावळला, म्हणजे अमेरिकेमध्ये जाऊन उगवतो. असल्या रूक्ष ज्ञानाच्या योगानं या टेकडीच्या मागं माझ्या कल्पनेनं चंद्राकरिता जो एक सोनेरी राजवाडा उभारला होता, तो मात्र वितळून नाहीसा झाला; पण माझ्या मनाचं सुख आणि समाधान या ज्ञानानं यत्किंचितही वाढलं नाही.'

बाबासाहेबांची ही विशिष्ट मनोवृत्ती भावनात्मक आहे. तर्कशुद्धता हा काही त्यांच्या या विचारसरणीचा आत्मा नाही. असली मनोवृत्ती लघुनिबंधाचाच विषय होऊ शकते. निबंधाचा नाही. शिवरामपंतांच्या या निबंधाची मध्यवर्ती कल्पना 'रम्य ते बालपण' या नावाखाली, आजच्या लघुनिबंध-लेखनाला अत्यंत चांगल्या प्रकारे फुलविता येईल. मोठी मौजेची गोष्ट ही की, बाल्यातल्या अज्ञानात असलेला आनंद शिवरामपंतांनी आपल्या या निबंधात सूचित केला आहे आणि आपले पहिले खरेखुरे लघुनिबंधकार प्रो. फडके यांनी १९२६ साली गुजगोष्टी लिहायला सुरुवात केली, तेव्हा पहिल्या पाच निबंधांतच 'बालवृत्ति' व 'अज्ञानाची महती' हे दोन्ही विषय त्यांनी निवडले आहेत.

❦ ❦

'गुजगोष्टी' या प्रो. फडक्यांच्या पहिल्या लघुनिबंधसंग्रहाचे स्पष्ट दोन भाग पडतात. या संग्रहात एकंदर सतरा लघुनिबंध आहेत. त्यातल्या पहिल्या नऊ निबंधांत 'शाई'सारखा अगदी साधा विषय त्यांनी हाताळला असला, तरी त्या निबंधात काय किंवा इतर काही निबंधांत काय, त्यांच्यातला निबंधकार आणि लघुनिबंधकार हे आलटून पालटून त्यांच्या लेखणीचा ताबा घेत असलेले दिसतात. त्यांच्या या पहिल्या निबंधातला खेळकरपणा थोडासा ओढूनताणून आणलेला आहे की काय, असे वाचकाला वाटत राहते. पांडित्याचे व गांभीर्याचे या नऊ निबंधांत अनेकदा अस्थानी दर्शन होते. 'शाई' हा त्यांचा निबंध त्याच्याच पुढल्या 'पत्र' किंवा 'पाऊस'सारखा मुळीच वाटत नाही. तो थोडा-फार शिवरामपंतांच्या आणि अच्युतरावांच्या वळणावर गेला आहे. बाटलीतून दौतीत शाई ओतून घेण्यासाठी लेखक शिशी हातात घेतो आणि मनाशी म्हणू लागतो, 'एखाद्या यज्ञाला प्रारंभ करण्यापूर्वी ज्याप्रमाणे यज्ञभूमी व सारे यज्ञसाहित्य पवित्र करून घेण्याची चाल होती, त्याप्रमाणे स्वत:ची मनोभूमी अभिमंत्रित केल्यानंतर शाई दौतीत ओतून घेतली पाहिजे. कोणत्याही लेखकाच्या मनात प्रत्येकवेळी असे आले पाहिजे- या दिव्य शक्तीचा विनियोग मी सत्प्रवर्तनासाठीच करणार आहे ना? कोणत्याही अमंगल वासनेचा स्पर्श या वेळी माझ्या अंत:करणास झालेला नाही ना? तामसी विचारांनी माझी बुद्धी जडावलेली नाही ना? अनाचार, अविद्या, असूया यांच्या कल्लोळात जगाला बुडविण्यातच ज्यांनी शाईचा सडा केला, त्या भूतकाळातील पापी लेखकांच्या पिशाचांची सावली मजवर पडलेली नाही ना? ज्यांच्या लेखणीतून स्रवलेल्या शाईच्या थेंबागणिक अनाथ अबलांच्या अश्रूंचे थेंब वाहिले आणि निरपराध जीवांच्या रक्ताच्या धारा उडाल्या, त्यांची परंपरा चालविण्याच्या मोहात मी सापडलो नाही ना? या द्रवाचे सिंचन करून मी जगातील सात्त्विकताच वाढविणार आहे ना? शुद्ध, ओजस्वी आचार-विचारांचे पीक ज्यांनी आपल्या लेखांतून काढले, त्या पुण्यवंतांच्या मेळाव्याबरोबरच मी चाललो आहे ना? भयभीतांचा धीर सावरणारा, दु:खितांचे अश्रू थांबविणारा आणि मूढांना मार्ग दाखविणारा संदेश ज्यांच्या ग्रंथांत मिळतो त्यांचीच सोबत या मार्गावर मी घेतली आहे ना?'

हे सर्व विचार उच्च व उदात्त आहेत, लेखकाला भूषणावह आहेत, यात शंका नाही. साहित्यिकांचे कर्तव्य या विषयावर कुणाही लेखकाला आपले मत व्यक्त करायचे असते, तर ते यापेक्षा अधिक चांगल्या रीतीने त्याला सांगता आले नसते पण 'शाई' या लघुनिबंधात हा गंभीर विचारांचा उद्रेक वाचकाला खटकल्यावाचून राहत नाही. हसत-खेळत आत्मनिवेदन करता करता लेखक या तत्त्वचिंतनापाशी येऊन पोहोचला आहे, असा भाससुद्धा त्याला होत नाही.

'गुजगोष्टी' या पुस्तकाच्या उत्तरार्धात फडक्यांच्या लघुनिबंध-लेखनाचे स्वरूप

बदलले आहे. पूर्वार्धातले 'सुहास्य', 'अलंकार', 'संसार', इत्यादी विषय मागे पडून, 'पाऊस', 'न वाचलेल्या ग्रंथांची गोडी', 'जुनी पुस्तके', 'सहल' वगैरे विषयांकडे ते वळलेले दिसतात. विषयांच्या निवडीप्रमाणे निबंधाच्या भाषेत, मांडणीत आणि आविष्कार पद्धतीत या उत्तरार्धात कितीतरी सुंदर बदल झालेला आहे. या सर्व लघुनिबंधांत थोडे-फार काव्य आहे, पण ते अस्थानी प्रकट होत नाही अगर केवळ आलंकारिक वाटत नाही. त्यात तत्त्वचिंतन आहे, पण त्याच्यामुळे गांभीर्याच्या गडद छाया कुठेच निर्माण होत नाहीत. या निबंधात सौम्य व रम्य विनोदाचा संचार पूर्वीपेक्षा अधिक मोठ्या प्रमाणात आढळतो. भाषेत माधुर्याबरोबरच खेळकरपणाही आलेला आहे. 'हरवली, म्हणून सापडली' या त्यांच्या लघुनिबंधात त्यांच्या या सर्व गुणांचा सुरेख संगम झाला आहे. तो केवळ फडक्यांचाच नव्हे, तर मराठी वाङ्मयातला एक उत्कृष्ट लघुनिबंध आहे.

❦ ❦

लघुनिबंधाच्या तंत्राची सर्वसामान्य कल्पना येण्याच्या दृष्टीने फडक्यांचा हा लघुनिबंध अत्यंत उपयुक्त आहे. 'गुजगोष्टी'च्या प्रस्तावनेत ते म्हणतात, 'कलावस्तूचं तंत्र खरं पाहता, तिच्या अंगाखांद्यावरच असतं. तिच्याकडं नीट न्याहाळून पुनःपुन्हा पाहावं, म्हणजे ते कोणी न सांगता आपल्याला दिसू लागतं.' त्या दृष्टीने 'हरवली, म्हणून सापडली'कडे आपण पाहू लागलो, तर या लघुनिबंधाचे तीन स्पष्ट विभाग आपल्याला दिसतात. तंत्रदृष्ट्या लघुनिबंधाच्या विकासाच्या तीन पायऱ्या आहेत त्या!

परदेशी गेलेल्या आपल्या मैत्रिणीला पत्र पाठविण्याकरिता लेखकाला टेबलाच्या खणातले नोटपेपर हवे असतात. त्या खणाची किल्ली हरवली आहे, असे आढळताच तो स्वतःवर संतापतो. टेबलाचे कुलूप फोडावे किंवा काय, असा विचारसुद्धा त्याच्या मनात येतो. इतक्यात त्याला आठवते : या खणाला दुसरी एक जोडकिल्ली आहे. आपण ती निरुपयोगी म्हणून अडगळीच्या फडताळात फेकून दिली असावी.

नाटकाच्या पहिल्या अंकाप्रमाणे वाटणारा लघुनिबंधाचा हा आरंभ इथे संपतो. किल्ली शोधण्याच्या निमित्ताने लेखक अडगळीच्या फडताळाकडे जातो, एवढेच या पहिल्या भागात सूचित केले गेले आहे, पण हे फडक्यांनी किती कौशल्याने आणि हसत-खेळत सांगितले आहे, ते पाहण्याजोगे आहे. त्यात थोडे आत्मनिवेदन आहे, थोडा विनोद आहे, थोडे मनुष्यस्वभावाचे मार्मिक वर्णन आहे. या गुणांमुळेच या विभागाला रंगत आली आहे. किल्ली सापडत नसल्यामुळे लेखक स्वतःवर चिडतो. 'जगात मुद्दामच काही द्वाड शक्ती लपून बसल्या आहेत. त्या उगीचच

नऊ

माणसाची खोडी काढीत असतात', असे तो म्हणतो. इंग्लंडला गेलेल्या आपल्या मैत्रिणीला पत्र पाठवायची त्याला घाई आहे, पण ते पत्र तिला आवडणाऱ्या नोटपेपरवरच लिहिले पाहिजे, हे उघड आहे! हे सारे सांगताना, विशेषतः त्या मै४त्रणीला आज पत्र गेले नाही, तर ती आपल्याला रागावल्याशिवाय राहणार नाही, ही साधी गोष्ट निवेदन करताना लेखक म्हणतो, 'काही स्त्रिया अत्यंत प्रेमळ असतात, पण त्यांच्या या प्रेमातही विलक्षण तामसीपणा असतो. त्यांची प्रीती सांभाळताना भारी दक्षता ठेवावी लागते, काठोकाठ भरलेलं भांडं डोक्यावर घेऊन तारेवर चालणं जितकं कठीण, तितकंच त्यांच्या प्रीतीत राहणं कठीण' असल्या मार्मिक वाक्यांनी लघुनिबंधाची गोडी नेहमीच वृद्धिंगत होते.

लेखक फडताळापाशी जातो आणि ते उघडून पाहू लागतो. इथे निबंधाचा मध्य सुरू होतो. त्या फडताळात हरतऱ्हेच्या जुन्या निरुपयोगी झालेल्या वस्तूंचे जणूकाही संमेलनच भरलेले असते. त्या अस्ताव्यस्त पसाऱ्यात लेखक हवी असलेली किल्ली शोधू लागतो. ती शोधता-शोधता अनेक जुन्या- फार जुन्या - वस्तू त्याच्या दृष्टीला पडतात. दोन अलगुजे, चार-पाच चांदी-सोन्याची पदके आणि कुत्र्याच्या गळ्यात घालायचा एक पट्टा! या वस्तू तिथे दृष्टीला पडताच लेखकाच्या गतायुष्यातल्या मधुर स्मृती जागृत होतात. 'तिळा उघड' म्हटल्याबरोबर गुहेचे दार दूर होऊन हिरेमाणकांनी भरलेल्या तिच्या अंतरंगात अलीबाबा जसा प्रवेश करू लागला, तसा चमत्कार इथं घडून येतो. इंग्लंडला गेलेली ती तापट मैत्रीण, तिला पत्र लिहिण्यासाठी जे विशिष्ट नोटपेपर हवे होते, ते टेबलाच्या खणात अडकून पडले आहेत, ही जाणीव, त्या टेबलाच्या खणाची हरवलेली किल्ली, हे सारे सारे लेखक विसरून जातो. जणूकाही स्मृती जादूगारीण बनून त्याला एका निराळ्याच यक्षसृष्टीत नेऊन सोडते. कैक पावसाळ्यांपूर्वीचे शाळा-कॉलेजातले अनेक आनंददायक प्रसंग त्या वस्तूंच्या दर्शनाने त्याच्यापुढे मूर्तिमंत उभे राहतात. त्या मधुर स्मृतींचा आनंद लुटण्यात तो दंग होतो. या आनंदाचे चढत्या उत्कटतेच्या अनुरोधाने वर्णन करण्यात फडक्यांनी चातुर्य व्यक्त केले आहे.

अलगुजांच्या आठवणीत मित्रांच्या सहवासात घालविलेल्या रम्य काळाचे प्रतिबिंब आहे. पदकांच्या आठवणींत अहंकाराची तृप्ती आणि यशाचा आनंद आहे. पट्ट्याच्या आठवणीत जाई या कुत्रीवरल्या मायेचे चित्रण आहे. या तिसऱ्या स्मृतीत कारुण्य आहे, हृदयंगमता आहे. 'एकदा गणिताच्या मास्तरांनी मला छडी मारली होती. छडीचा तो मला पहिलाच अनुभव असल्याने घरी आलो, तो हातावर अजून ते दुःख आहेसं मला वाटत होतं व मन तर त्या अपमानानं जळत होतं. घरी येताच जाईनं आपल्या भाबड्या जिभेनं जेव्हा माझा तळहात अधाशासारखा चाटला, तेव्हा माझं सारं मानसिक व शारीरिक शल्य पार नाहीसं झालं.' ही या निबंधातली दोन

वाक्ये वाचताना कुणा वाचकाच्या मनात आपल्या बाळपणाची, त्यावेळी प्राणापेक्षाही प्यार असलेल्या मांजराच्या पिलाची, पोपटाची किंवा अशाच दुसऱ्या एखाद्या मुक्या प्राण्याची आठवण जागृत होणार नाही? या सर्व आठवणींत भावना जागृत करणारी स्मृती शेवटी ठेवण्यात फडक्यांची कलादृष्टी दिसून येते, हे कोण नाकबूल करील?

या निबंधाचा शेवटचा सात ओळींचा परिच्छेद हा त्याचा तिसरा भाग आहे. इथे तत्त्वचिंतनाला जागाच नव्हती, पण स्वत:ला आलेली अनुभूती अतिशय परिणामकारक रीतीने या ओळीत सांगून फडक्यांनी त्याची गोडी वाढविली आहे. या रचनेचे सुनीताशी साम्य आहे. जाता जाता हाताला अत्तराचा फाया कुणी सहज पुसला, तरी तो वास जसा आपल्याला सूक्ष्मपणाने जाणवत राहतो, तसा या निबंधाचा शेवट वाटतो. तो वाचून संपला तरी, 'माझ्या टेबलाच्या खणाची किल्ली हरवली खरी, पण या केवढ्या सौख्यागाराची किल्ली मला सापडली' हे लेखकाची अंतर्मुखता व्यक्त करणारे मधुर वाक्य वाचकाच्या मनात दरवळत राहते.

फडक्यांचा वरील निबंध हा सर्वसामान्य लघुनिबंधरचनेचा एक चांगला नमुना आहे. कुठल्या तरी साध्यासुध्या प्रसंगाने, क्षणिक अनुभूतीने, जाता-जाता वाचलेल्या मार्मिक वाक्याने अथवा ऐकलेल्या कुतूहलजनक वार्तेने लेखकाच्या मनात कल्पना, भावना आणि विचार यांच्या तरंगाचे मोठे मजेदार मिश्रण निर्माण होते. प्रारंभ, विकास व अखेरी (क्वचित कलाटणीसह) या तीन पायऱ्यांनी तो ते चित्रित करीत जातो. विनोद, काव्य व तत्त्वज्ञान यांचा कौशल्याने उपयोग करून तो हे चित्र रंगवितो. फडक्यांनी आपले अनेक आकर्षक निबंध याच पद्धतीने रचिले आहेत. उदाहरणार्थ, 'नव्या गुजगोष्टी' या संग्रहातला 'पहिला पांढरा केस' पाहावा. लेखकाला आपल्या डोक्यावर अगदी पहिल्यांदाच एक पांढरा केस डोकावून पाहत असलेला दिसतो. असला केस वार्धक्याचे निशाण असल्यामुळे तो पाहून लेखक चपापतो. आपली आता म्हाताऱ्यांत गणना होऊ लागणार, या कल्पनेने त्याचे मन थोडेसे उदास होते. कलप लावून आपल्या वृद्धपणावर पांघरूण घालण्याचा विचार त्याला सुचतो; पण लगेच त्यात काही अर्थ नाही, असे त्याला वाटते. शेवटी म्हातारपण काही केसांवर अवलंबून नाही, मनाचे यौवन हेच माणसाचे खरे तारुण्य होय, या विचाराने तो आपले समाधान करून घेतो.

पहिल्या पांढऱ्या केसाच्या दर्शनाने मनाला येणारा बेचैनपणा, त्या केसाचे अस्तित्व नाहीसे करण्यासाठी - निदान तो जगाच्या दृष्टीला बिलकूल पडू नये म्हणून- काय करावे, याविषयीची विवंचना आणि शेवटी किंचित अंतर्मुख होऊन केलेल्या तत्त्वचिंतनाने दिलेला दिलासा हे या लघुनिबंधाचे उघड उघड दिसणारे तीन भाग आहेत.

मात्र ते लेखकाच्या विशिष्ट व्यक्तित्वामुळेच अतिशय आकर्षक झाले आहेत,

हे लक्षात घेतले पाहिजे. निबंधाच्या प्रत्येक भागात तो मूळ मुद्दा सोडून थोडासा इकडेतिकडे भटकतो. या भ्रमंतीत मोकळेपणा आहे, दिलखुलासपणा आहे. पहिला पांढरा केस दिसल्याबरोबर काही तो एकदम म्हातारपणाविषयी बोलायला सुरुवात करीत नाही. उलट, दाढी करताना तो केस अचानक दिसला, या गोष्टीचा फायदा घेऊन आपल्या या प्रात:कालीन आन्हिकांचे तो मोठे रसभरित वर्णन करतो. निबंधात असले रमणे-गमणे कधीच खपणार नाही. गाडीची वेळ झाली आहे, या जाणिवेने घाईघाईने स्टेशनकडे जाणाऱ्या माणसासारखी निबंधकाराची स्थिती असते. उलट, लघुनिबंधकार रेंगाळत शाळेला जाणाऱ्या लहान मुलांसारखा स्वच्छंदाने चालत असलेला दिसतो. तो मुलगा कोपऱ्यावर चिकटविलेली नव्या चित्रपटाची सचित्र जाहिरात पाहत आणि वाचीत उभा राहील, रस्त्याने जाणाऱ्या माकडाकडे मधेच दृष्टिक्षेप करील, प्रसंगी त्याला वेडावील, सळसळणाऱ्या पिंपळाकडे पाहून टाळ्या पिटील. दाढी करण्याचा आनंद किंवा कला याविषयीचे अनुभव हे 'पहिला पांढरा केस'मधील स्वैरालाप अशाच प्रकारचे आहेत. अर्थात हे रमणे, गमणे - कुठे रमायचे आणि किती वेळ गमवायचा - हे लघुनिबंधकाराच्या प्रकृतीवर, त्याच्या अनुभवांच्या संपन्नतेवर अवलंबून आहे. लघुनिबंध हा लेखकाच्या व्यक्तित्वाचा आविष्कार आहे, असे म्हणतात ते याच कारणामुळे! त्याची माधुरी मुख्यत: याच गुणावर अवलंबून असते. भाषेची चमक अथवा सफाई, मांडणीचा नीटनेटकेपणा, इत्यादी गोष्टी त्या मानाने दुय्यम ठरतात. एकाच विषयावरल्या निरनिराळ्या लेखकांच्या गंभीर निबंधांत भाषाशैली, कल्पकता, विद्वत्ता, इत्यादी गुणांमुळे अंतर पडेल, पण ते अंतर बरेचसे बाह्यरूपात असते. प्रत्येकाच्या भिन्नभिन्न आविष्कारपद्धतीमुळे ते निर्माण होते, पण त्यांची मतप्रणाली एक असेल, तर आविष्काराच्या या वैचित्र्यातूनही एकाच पद्धतीचा आशय आपल्या डोळ्यांपुढे उभा राहील. लघुनिबंधात आविष्काराच्या विविधतेइतकेच वैचित्र्याला - व्यक्तिगणिक बदलणाऱ्या मानसिक वैचित्र्यालाही - महत्त्व आहे.

'पहिला पांढरा केस' हा लघुनिबंध वामनराव जोशी किंवा साने गुरुजी यांनी लिहिला असता, तर तो किती निराळा झाला असता, याची कल्पना करून पाहावी. दाढी करणे हा फडके एक रम्य विलास मानतात, पण वामनरावांनी निबंधाचा प्रारंभ करताना दाढी करण्याचा आपल्याला किती कंटाळा आहे, न्हाव्याच्या हातांत डोके देण्याकरिता त्याचे पाय धरावे लागणे हे आयुष्यातले केवढे मोठे संकट आहे, पूर्वीचे जटाजूटधारी ऋषिमुनी याबाबतीत आपल्यापेक्षा किती सुखी होते, कदाचित त्यामुळेच प्राचीन काळाला सुवर्णयुग नावाने संबोधित असावेत, या किंवा अशा

प्रकारच्या गोष्टी वाचकांना सांगायला सुरुवात केली असती. ते वार्धक्याच्या दर्शनाने विषण्ण झाले नसते. तारुण्य हे काही झाले तरी कैरीसारखे आहे, त्याच्या सहवासात तोंडाला पाणी सुटते; पण त्यात आंबटशोकच फार असतो. उलट प्रौढत्व हे पिकलेल्या आंब्यासारखे आहे, असे काहीतरी प्रतिपादन करून त्यांनी निसर्गनियमानुसार भेटायला आलेल्या या गोऱ्या पाहुण्याचे स्वागत केले असते. जाता-जाता ते हळूच उद्गारले असते, 'जो मनुष्य एवीतेवी आपल्या डोक्यावर बसणार, त्याच्यापुढे मान वाकवून शांतपणानं त्याला तिथं बसू देणं हेच शहाणपणाचं नाही का?'

'पहिला पांढरा केस' पाहून साऱ्यांच्या मनात अगदीच निराळे विचारतरंग निर्माण झाले असते. ते दाढीचा आनंद अगर दु:ख याभोवती घुटमळत राहिले नसते. मस्तकावर पहिला पांढरा केस दिसू लागताच दशरथाने रामाला युवराजपदाचा अभिषेक करण्याची आज्ञा दिली, अशी जी एक कथा आहे, ती कदाचित त्यांना आठवली असती. तिच्यातून सूचित होणाऱ्या जीवनविषयक तत्त्वज्ञानावर त्यांनी आपला सारा भर दिला असता. भोग भोगून मरणाची तृप्ती कधीच होत नाही, ययातीने आपल्या मुलाचे तारुण्य राज्याच्या मोबदल्यात विकत घेऊन अधिक उपभोग मिळविण्याचा प्रयत्न केला, पण तो अंती विफल झाला, या गोष्टीचे त्यांना निश्चित स्मरण झाले असते. तिच्या आधाराने त्यांनी तळमळून उद्गार काढले असते : 'पहिला पांढरा केस' हा निसर्गाने मनुष्याला दिलेला इशारा आहे. तुझं उपभोगाचं आयुष्य संपलं, आता तू वानप्रस्थ झालं पाहिजेस, सेवाशीलता हाच यापुढं तुझा धर्म व्हायला हवा, हे सांगण्याकरिताच हा शुभ्रवेष परिधान केलेला दूत सृष्टिमातेने तुझ्याकडे पाठविला आहे.

या संग्रहात वामनराव जोशी, काका कालेलकर व साने गुरुजी यांचे तीन लघुनिबंधवजा लेख मी घेतले आहेत. लघुनिबंधाची रंगत व्यक्तित्वाच्या आविष्कारावर अवलंबून असते. हेच सत्य त्यांच्या लेखातून स्पष्ट होते. केवळ तांत्रिक अथवा काटेकोर दृष्टीने पाहणारे या लेखांना लघुनिबंध म्हणायला तयार होणार नाहीत, पण माणुसकी जशी माणसाच्या शरीरापेक्षा त्याच्या मनावर अवलंबून असते, तसे कुठल्याही वाङ्मयप्रकाराचे वैशिष्ट्य तंत्रापेक्षा त्यातून प्रकट होणाऱ्या आत्मीय गुणांवरूनच निश्चित करावयाचे असते. वामनराव किंवा साने यांनी हे स्वैर निबंध लिहिताना आपण कोणत्या प्रकारचे लेखन करीत आहोत, याचा विचारसुद्धा केला नसेल. असा अतिरिक्त पूर्वविचार अनेकदा प्रामाणिक आविष्काराच्या पायांतली शृंखला बनू शकतो. त्याच्यामुळे कित्येकांच्या लेखात नको असलेला कृत्रिमपणा येतो, पण आपण कोणता लेखनप्रकार हाताळीत आहो, याविषयी या दोघांनी उदासीनता दर्शविली असली, तरी त्यांच्या लिखाणाच्या अंतरंगावरून आपल्याला

त्याची जात सहज निश्चित करता येते. पायरी आंबा ओळखायला मनुष्य डोळसच असावा लागतो, असे नाही. नुसत्या वासावरून सुद्धा त्याला त्याची ओळख पटते, तसेच हे आहे. 'स्मृति-लहरी' तली सत्य आणि सत्य - सारखी प्रकरणे वामनरावांनी ज्या मनोवृत्तीने लिहिली, ती केवळ लघुनिबंधकारातच आढळते. तडजोडीची, सर्वत्र सुवर्णमध्य शोधण्याची. माणसाच्या वैगुण्यांकडे सहानुभूतीने पाहून ती गोड करून घेण्याची, जगात आणि जीवनात जे नाही, त्याबद्दल तीव्र असंतोष प्रकट करण्यापेक्षा, जे आहे, त्यातच आनंद मानण्याची, बोअरिंगने खोल जमिनीतले पाणी काढावे, तशी दैनंदिन साध्या अनुभवातले काव्य शोधून काढण्याची, त्या काव्याला चिकटलेली कुसळे विनोदाने झाडून टाकण्याची, मोठ्या पांडित्यप्रचुर तत्त्वज्ञानापेक्षा अनुभवपूर्ण छोट्या तत्त्वज्ञानानेच जीवित सुसह्य होते, या जाणिवेची, अशा वृत्तीला जोड मिळालेली असते. देशभक्त असलेले साने गवताच्या चिमण्या पात्यात जे उदात्त काव्य पाहू शकतात, प्रौढ आणि गंभीर प्रवचन अथवा प्रवासवर्णन करणारे कालेलकर हातरुमालाचा - तोंड पुसण्याच्या वीतभर फडक्याचा - क्रीडावृत्तीने जो विचार करतात किंवा वामनराव - नवरा-बायकोंनी एकमेकांची आणि अर्थात स्वत:चीही थोडीशी फसवणूक केल्याशिवाय संसारात आवश्यक सुख निर्माण होणार नाही, असे जे सुचवितात, ते याच वृत्तीमुळे!

❧ ❧

काव्य, विनोद व तत्त्वज्ञान यांच्या मधुर संमिश्रणाने प्राप्त होणाऱ्या रम्य, सौम्य, वास्तव परंतु अंतर्मुख अशा दृष्टीने लघुनिबंधकार जगाकडे आणि जीवनाकडे पाहत असतो. सान्यांच्या लेखात काव्य व तत्त्वज्ञान आहे पण विनोद नाही. कालेलकरांच्या हातरुमालाला खेळकरपणाचा सुगंध अधिक लागला आहे. वामनरावांच्या लेखात मात्र या तिन्हींचा प्रमाणबद्ध नसला, तरी हृदयंगम वाटणारा संगम झाला आहे. हे तिन्ही लेख आदर्श लघुनिबंध आहेत, असे कुणीच म्हणणार नाही पण लघुनिबंधाच्या कक्षा किती विस्तृत आहेत आणि तंत्राचा विचार न करता अकृत्रिमपणे व्यक्तित्वाचा केलेला आविष्कार किती हृद्य असतो, हे त्यांच्यावरून सहज दिसून येईल.

काव्य, विनोद व तत्त्वज्ञान या तिन्ही देणग्या प्रत्येक लेखकाला लाभलेल्या असतात, असे नाही. त्यांचा कृत्रिम आविष्कार करणारा लघुनिबंधकार अयशस्वीच होण्याचा संभव अधिक! तसे करायला गेले की, लेखक नट होतो. त्याचे व्यक्तित्व कृत्रिम बनू लागते. त्याचे मुखवटे प्रेक्षकांचा रसभंग करतात आणि मग अंती त्याच्या लिखाणातल्या सौंदर्याला नकलीपणा, निर्जीवपणा व साचेबंदपणा येतो. म्हणून ओढूनताणून काव्य, विनोद व तत्त्वज्ञान यांचे मिश्रण करीत बसण्यापेक्षा

आपल्या व्यक्तित्वातल्या ज्या शक्तीला अनुभूतीने उत्कट आवाहन दिले असेल, तिनेच रंगून जाऊन लिहिलेल्या लघुनिबंधाला निराळ्या प्रकारचे तेज चढते. अशा लेखनातले सौंदर्य आपल्याला जिवंत वाटते.

कुसुमावती देशपांडे यांचा 'मध्यान्ह' हा या संग्रहातला लघुनिबंध या दृष्टीने मोठा मोहक आहे. लेखिकेची मनोवृत्ती मूलत: कवीची आहे. तिला आलेली एक असामान्य अनुभूती - रखरखीत दुपार पाहून कल्पना, भावना आणि विचार यांना मिळालेली चालना - अतिशय रेखीवपणाने या निबंधात आविष्कृत झाली आहे. पोटात कावळे ओरडण्याची किंवा रस्त्यावर अनवाणी गेले असता पायांना चटके बसण्याची वेळ, एवढ्याच दृष्टीने ज्या मध्यान्ह-काळाचा आपण विचार करीत असतो, त्याच्या किंचित उग्र व उदासरम्य जीवनातले सुप्त सौंदर्य हा निबंध वाचताना आपल्या डोळ्यांपुढे तरळू लागते. कल्पकता, सूक्ष्म निरीक्षण, निसर्गाशी समरस होण्याची शक्ती या लेखिकेच्या गुणांनीही निबंधाला हृदयंगमता आणली आहे, यात शंका नाही पण त्यांच्यापेक्षा त्याच्या आशयात आणि आविष्कारात जी रम्य, अकृत्रिम रंगसंगती दिसून येते, त्यामुळे त्याला अनुपम सौंदर्य प्राप्त झाले आहे.

❦ ❦

'मध्यान्हा' नंतर र. गो. सरदेसाई व बोरकर यांचे निबंध वाचून पाहावेत. अकृत्रिम आविष्कार हा त्यांचाही आत्मा आहे. 'वृत्तपत्रे नसलेला देश' हा निबंध एका गमतीदार बातमीवरून सरदेसायांना सुचला. साहजिकच त्याच्या विकासात विनोदाला प्राधान्य मिळाले. कुसुमावतींच्या निबंधाला गद्यकाव्य म्हणणारा मनुष्य सरदेसायांच्या निबंधाची विनोदी लेखात गणना करील. त्याबद्दल त्याला दोष देण्याचेही कारण नाही. लघुनिबंध स्वभावत:च अतिशय लवचीक आहे. काव्य, कथा, विनोद व तत्त्वज्ञान यांच्या सीमांना त्याच्या सीमा बिलगल्या आहेत. त्यामुळे, लेखकाच्या विशिष्ट व्यक्तित्वामुळे अथवा त्या त्यावेळी भारावलेल्या मनोवृत्तीमुळे या चारीपैकी कुठल्या तरी वाङ्मय-प्रकाराकडे तो अधिक झुकत राहणारच! बोरकर जातिवंत कवी आहेत पण त्यांच्या 'मूर्तिभंजक' या निबंधात काव्यापेक्षा तत्त्वचिंतनाला प्राधान्य मिळाले आहे, ते याच कारणामुळे!

❦ ❦

कुसुमावती, सरदेसाई व बोरकर यांचे लघुनिबंध असे वैशिष्ट्यपूर्ण असले, तरी ते प्रातिनिधिक लघुनिबंध आहेत, असे म्हणता येणार नाही. सर्वसामान्य लघुनिबंधात लेखकाच्या सामर्थ्याप्रमाणे काव्य, विनोद व तत्त्वज्ञान या तिन्हींचे मिश्रण होत

असते. किंबहुना त्या संमिश्र मनोवृत्तीने, दुधात साखर आणि केशर मिसळून जावीत, तसे या तिन्हींचे मनात मिश्रण होऊन- तो लघुनिबंधलेखनाला प्रवृत्त होतो. तथापि, या प्रातिनिधिक प्रकारातही एकमेकाजवळून वाहणारे दोन प्रवाह आहेत. पहिल्यात तंत्रनिष्ठेने येणारा डौल मोठ्या प्रमाणात दिसतो. दुसऱ्यात स्वभावनिष्ठेमुळे निर्माण होणारा जिव्हाळा अधिक आढळतो. फडक्यांना या पहिल्या संप्रदायाचे अध्वर्यू मानले, तर काणेकरांकडे दुसऱ्या पंथाचे पुढारीपण देणे चूक होणार नाही. या संग्रहांतल्या संत, भावे व दांडेकर यांच्या निबंधांत फडके पद्धतीचा थाट आहे. बर्वे, खांडेकर, शिरवाडकर, साळगावकर यांचे निबंध काणेकर घाटाचे आहेत. या दुसऱ्या संप्रदायात कल्पना व विचार यांची स्वैरता अधिक अंतर्मुखता किंवा चिंतनशीलता यामुळे येणाऱ्या गांभीर्याच्या छटाही थोड्या अधिक गडद. इंग्रजी लघुनिबंधकारांतही हा भेद आढळतो. लिंड, मिल्ने, गार्डिनर, बॅरी पेन वगैरेंची प्रीस्टली, रिचर्ड किंग, इत्यादी लघुनिबंधकारांशी तुलना करणारांना तो जाणवल्याशिवाय राहत नाही.

पण या सूक्ष्म भेदावर अथवा विशिष्ट तंत्रावर लघुनिबंधाची सुरसता किंवा नीरसता मुळीच अवलंबून नाही. लेखकाचे व्यक्तित्व किती संपन्न, बहुविध, समतोल आणि संस्कारक्षम आहे, यावरूनच त्याचे यशापयश निश्चित होते. लघुनिबंध हलका असावा, वाऱ्यावर स्वच्छंदाने तरंगत जाणाऱ्या मजेदार हालचालीप्रमाणे त्यातले वाक्य नि वाक्य वाटावे किंवा फडके म्हणतात त्याप्रमाणे 'गुजगोष्टीच्या विषयाच्या निवडीत चमत्कृती असावी किंवा त्यात नसेल, तर गोष्टीच्या ओघात आणावी' वगैरे नियम पुस्तकी विवेचनाच्या दृष्टीने ठीक आहेत. पाकशास्त्रात, पोहण्यावरल्या पुस्तकात आणि 'मित्र कसे मिळवावेत व लोकांवर आपली छाप कशी पाडावी?' या कार्नेजीच्या पुस्तकात त्या त्या गोष्टी साध्य करण्याकरिता जे नियम दिले आहेत, ते चुकीचे आहेत, असे कोण म्हणेल? पण केवळ ते नियम वाचून कुणी बाई सुग्रण बनेल अथवा कुणी बोवा पोहण्यात पटाईत होईल, असे थोडेच आहे? कार्नेजीच्या पुस्तकाच्या लाखो प्रती अमेरिकेत खपल्या असतील, पण मित्रांच्या अभावी उदासीनतेने जीवन कंठणाऱ्या आणि इतरांवर छाप पाडता न आल्यामुळे जीवनकलहात पराभूत झालेल्या अमेरिकेतल्या लोकांची संख्या कमी झाल्याचे काही अद्यापि ऐकिवात नाही.

मराठी लघुनिबंधाचीही थोडी-फार अशीच स्थिती झाली आहे. १९२५ ते १९४० पर्यंत त्याचा विकास होत गेला. त्या काळात नवेनवे लघुनिबंधकार उदयाला आले, आपापल्या गुणांप्रमाणे त्यांना कमी-अधिक लोकप्रियताही मिळाली. या नव्या वाङ्मयप्रकारासंबंधी पंडितांत आणि रसिकांत चर्चा सुरू झाली, पण १९४० नंतर- विशेषत: गेल्या पाच वर्षांत- हा जमाना पालटला. लघुनिबंध हा

सध्या लेखकांचा आवडता वाङ्मयप्रकार राहिला आहे, असे दिसत नाही. त्याला लघुनिबंध म्हणावे, गुजगोष्ट या नव्या नावाने संबोधावे, की ललित निबंध म्हणून त्याचा उल्लेख करावा, हा साधा वाद मागे पडून त्याला निबंध म्हणावे की, म्हणू नये, असा प्रश्न आता उपस्थित करण्यात येऊ लागला आहे. 'एकादशी' या निबंधसंग्रहाचे संपादक डॉ. देशमुख म्हणतात, 'इंग्रजी एसेप्रमाणे मराठीतल्याही आजकालच्या फडके, खांडेकर, काणेकर, कुसुमावती देशपांडे प्रभृति ललित लेखकांच्या तथाकथित 'लघुनिबंधा'ची माधुरी कोणी चाखली नाही? तथापि, त्यांच्या सर्वस्वी आत्मलक्षी लेखनाला - लघु काय किंवा ललित काय- निबंध या संज्ञेने संबोधणे सर्वथैव अनुचित आहे. नव्हे, ही त्यांच्या लेखनाची आणि निबंध या शब्दाची थट्टाच करणे होय. प्रा. फडके यांनी प्रथम सुचविलेले गुजगोष्ट हेच अभिधान अन्वर्थक आहे. हे नवे लेणे युरोपमधील माँटेन, हॅझलिट, लॅम, स्टीव्हन्सन, ल्यूकस, चेस्टर्टन, बेलॉक, गार्डिनर, प्रभृति एसे लेखकांच्या धर्तीवर घडविले आहे. महाराष्ट्रीय मनोवृत्तीला ते कितपत मानवेल, हे अद्यापि ठरवायचे आहे.'

या विवेचनाला नावासंबंधीचा मुद्दा व्यक्तिशः मला महत्त्वाचा वाटत नाही. वडील अथवा आजोबा यांची आठवण म्हणून त्यांचे नाव बारशादिवशी मुलाला ठेवावे, पण ते जुन्या जमान्यातले वाटून नवयुगाला शोभणाऱ्या एखाद्या लाडिक नावाने आईबापाने त्याला हाक मारायला सुरुवात करावी असे आपल्याभोवती नित्य घडते. तसे काहीतरी याबाबतीत एखादे वेळी होईलही! मात्र शास्त्रापेक्षा रूढी बलवत्तर असते हे लक्षात घेतले, म्हणजे लघुनिबंध या नावानेच हा प्रकार पुढे संबोधिला जाईल, असे भविष्य वर्तविण्यात फारसा धोका मुळीच नाही.

खरा प्रश्न आहे, तो डॉ. देशमुखांनी शेवटी उपस्थित केलेल्या शंकेचा! महाराष्ट्रीय मनोवृत्तीला हा वाङ्मयप्रकार कितपत मानवेल?

या संग्रहातले वा. म. जोशी, फडके, कुसमावती, काणेकर आणि शिरवाडकर या पाचच लेखकांचे लघुनिबंध वाचले, तरी ही शंका निराधार आहे, अशी कुणाचीही खात्री होईल. तसाच विचार केला, तर कुठलाही वाङ्मयप्रकार अमुक देशातच फोफावतो अगर विशिष्ट मनोवृत्तीच्या लोकांतच त्याचा विकास होतो, असे नाही. 'टवाळा आवडे विनोद' असे ज्या महाराष्ट्रातल्या एका अग्रगण्य कवीने तीन शतकांपूर्वी उद्‌गार काढले, त्याच महाराष्ट्राने गेल्या ७५-८० वर्षांत श्रीपाद कृष्ण कोल्हटकर, गडकरी, चिंतामणराव जोशी आणि अत्रे यांच्यासारखे धुरंधर विनोदी लेखक निर्माण केले ना? कुठलाही नवा वाङ्मयप्रकार रुजणे अगर करपून जाणे, खुरटणे अगर विकास पावणे हे त्या त्या देशातल्या सामाजिक परिस्थितीवर, तिच्यामुळे बदलत जाणाऱ्या जीवनविषयक दृष्टिकोनावर आणि सर्वसामान्य मनुष्याच्या कल्पनेची, भावनेची आणि विचारांची त्या त्या काळची भूक भागविण्याची शक्ती

त्या विशिष्ट प्रकारात किती प्रमाणात आहे, यावर बहुतांशी अवलंबून राहते. या दृष्टीने विचार केला, तर आज-उद्याचे मराठीचे क्षेत्र लघुनिबंधाच्या विकासाला अनुकूल आहे, असेच दिसून येईल. मराठी मन भावनेला पारखे नाही, पण भावनेने व्याकूळ आणि विव्हळ होऊन जाण्याचाही त्याचा स्वभाव नाही. ज्ञानेश्वर-तुकारामांनी आणि टिळक-आगरकरांनी घालून दिलेल्या बंडखोरपणाच्या परंपरेचा त्याला सहसा विसर पडत नाही. त्यामुळे ते अंधश्रद्धेने जड अथवा अगतिक होऊ शकत नाही. तीव्र अभिनिवेश हा त्याच्या प्रकृतीचा अद्यापि एक अविभाज्य भाग आहे. तो लघुनिबंधाला लागणाऱ्या लवचीकपणाशी व समतोलपणाशी विरोधी आहे, हे खरे. पण शतकानुशतकातल्या अनेक ऐतिहासिक घडामोडींनी निर्माण झालेली, भौगोलिक परिस्थितीने पुष्ट केलेली आणि गेल्या पाऊणशे वर्षांत पारतंत्र्यावर सतत प्रहार करावे लागल्यामुळे उग्रता पावलेली ती वृत्ती यापुढे अशीच कायम राहील, असे मला वाटत नाही. मराठी मनाच्या कक्षा विस्तृत होण्याची वेळ आता आली आहे. यापुढे मराठी राहूनहि त्याला भारतीय झाले पाहिजे. महाराष्ट्राचे घोडे पूर्वी अटकेपार पाणी पीत होते. आता त्याच्या कल्पना-वारूने भारताच्या चारी सीमांपर्यंत लीलेने उड्डाण करायला हवे. संग्रामाइतकाच सहकार्यातही त्याला आपला पराक्रम दाखविता येईल. विळ्याकोयत्यांच्या भालेतरवारी करणारांना त्या शस्त्रांतून शास्त्रीय संशोधनाची उपकरणे निर्माण करणे काही अशक्य नाही. संतांनी उंच धरलेला भागवत धर्माच्या शिकवणुकीचा- समतेचा- ध्वज या मनाच्या पाठीशी उभा आहे. टिळक-आगरकरांचा त्यागी द्रष्टेपणा त्याला परिचित आहे. बदलत्या काळाबरोबर महाराष्ट्राच्या स्वभावातही पालट होईल. त्याचा अभिनिवेश नवे सौम्य स्वरूप धारण करील.

मराठी मनाची मूळची प्रकृती कणखर आहे, विशिष्ट परिस्थितीमुळे झुंझारपणा हाच तिच्या मनोवृत्तीचा कणा बनून राहिला आहे, अशा वृत्तीला लघुनिबंधासारखा सौम्य प्रकार रुचणार नाही, ही शंका याचमुळे मला निराधार वाटते. सध्या मराठी लघुनिबंधाला ओहोटी लागली असली, तरी तिची कारणे तात्कालिक आहेत. तसेच पाहिले, तर गेल्या पाच-दहा वर्षांत टिळक-आगरकर किंवा परांजपे-कोल्हटकर यांच्या तोडीच्या निबंधकारांच्या लेखण्यांनी आपले सर्व सामर्थ्य प्रगट करावे, अशा प्रकारच्या घडामोडी जगात आणि आपल्या देशात घडल्या. दुसऱ्या महायुद्धाच्या रूपाने पेटलेला वणवा बाह्यतः विझल्यासारखा दिसत असला, तरी ती आग सर्वत्र— रानावनांत आणि रम्य उद्यानांत, दारिद्र्याने शरमून खाली मान घालून बसलेल्या खेड्यापाड्यांत व श्रीमंतीच्या अहंकाराने फुगून गेलेल्या आणि जाणारा-येणाराकडे तोऱ्याने पाहणाऱ्या शहरात— धुमसत आहे. तिचे चटके हरघडी सामान्य मनुष्याला बसत आहेत. असे असून त्या आगीवर हल्ला चढविणारे कितीसे पराक्रमी निबंधकार गेल्या दहा वर्षांत महाराष्ट्रात निर्माण झाले? गाडगीळ-

जावडेकर आणि साने-विनोबा यांचे निबंधक्षेत्रातले कार्य उपेक्षणीय नाही, पण ते असावे तितके प्रभावीही नाही. ते समाजाला तळापासून ढवळून काढू शकत नाहीत. परिस्थितीने दिलेले नवे आवाहन विवेकपूर्ण झुंझारपणाने घेण्याची प्रेरणा जनतेत निर्माण करण्याइतके यश त्यांना मिळाले नाही.

असे होण्याची कारणे अनेक आहेत. त्यांची चर्चा इथे अप्रस्तुत आहे. हा अपुरेपणा, ही अगतिकता निबंध-लघुनिबंधापासून नाटके-कादंबऱ्यांपर्यंत साहित्याच्या सर्वच क्षेत्रांत आजकाल जाणवत आहे, हे मान्य व्हायला हरकत नसावी. अर्थात या वैगुण्याची पाळेमुळे आपल्या जीवनातच कुठेतरी असली पाहिजेत, हे उघड आहे; पण झंझावाताला शोभणाऱ्या चालू संक्रमणाच्या असह्य वेगामुळे गोंधळून गेलेले आपले मन काही दीर्घकाळ तसेच राहणार नाही. त्याला नव्या परिस्थितीशी मिळतेजुळते घ्यावे लागेल, हसतमुखाने अनेक क्रांतिकारक बदलांचे स्वागत करावे लागेल. या स्वागताला ते आपणहून तयार झाले नाही, तर- तर दुसरे काय होणार आहे? जे काळाच्या हातात हात घालून पुढे जायला तयार नसतात, त्यांना तो सृष्टिचक्राचा नियंता आपल्याबरोबर फरफटत ओढीत नेत असतो. संधिकाळाप्रमाणे कुठलाही संक्रमणकाळ फार वेळ टिकू शकत नाही. त्यामुळे आज जरी आपले जीवन संभ्रमित आणि संत्रस्त दिसत असले, तरी ते उद्या शांत आणि गंभीर मनोवृत्तीने एका विशिष्ट निश्चित मार्गाने प्रवास करू लागेल. त्याच्या या प्रवासात निबंधाइतकीच लघुनिबंधाची शिदोरीही त्याच्या उपयोगी पडेल, असे मला वाटते.

निबंध स्वभावत:च शंकरासारखा उग्र प्रकृतीचा आहे. जगातले अमंगल जाळण्याकरिताच महादेवाला तृतीय नेत्र मिळालेला असतो. तो नृत्य करणार नाही, असे नाही; पण केव्हाही झाले, तरी ते तांडवनृत्यच असणार! एखादा शिल्पकार पाषाणातून जशी मूर्ती तयार करतो, तसा निबंधकार नवा समाज घडवीत असतो. त्यामुळे त्याच्या हातात सदैव छिन्नी असणेच आवश्यक आहे, पण लघुनिबंधकार हा शिल्पकार नाही. तो चित्रकार आहे. त्याच्या हातांत लोखंडाची छिन्नी नाही. नाजूक केसांचा कुंचला आहे. समाज घडविणे हे त्याचे कार्य नाही; मनुष्य घडविणे, माणसाचा आत्मा संस्कारित करीत राहणे, जीवनात कणाकणाने निर्माण होणारे आणि कुठेतरी लपून बसणारे सौंदर्य, सामर्थ्य आणि साधुत्व शोधून काढणे, त्या सुवर्णकणांनी जीवनाची संपन्नता दिग्दर्शित करणे हे त्यांचे काम आहे. त्याची प्रकृती प्रलयंकर शंकराची नाही. ती भिल्लिणीचे रूप घेऊन त्या उग्र देवाधिदेवाला मोहून टाकणाऱ्या पार्वतीची वृत्ती आहे. भारतीय संस्कृतीत शंकर आणि पार्वती ही दैवते अभिन्न मानली गेली आहेत! निबंध व लघुनिबंध यांचा विकास मराठीत तसाच एकमेकांच्या जोडीने होत राहील, असा मला विश्वास वाटतो.

कारण, यापुढचा काळ लोकशाहीचा आहे. सामान्य मनुष्याच्या विकासाचा

आणि महत्त्वाचा काळ आहे हा. त्या मनुष्याच्या जीवनात निबंधाइतकेच किंबहुना त्याच्यापेक्षा थोडे अधिकच लघुनिबंधाला स्थान मिळणे स्वाभाविक आहे. त्याच्या आयुष्यात निबंध दीपग्रहाचे कार्य करील, पण लघुनिबंध ही त्याच्या हातातली विजेची बत्ती ठरेल. झुंझारपणा आणि गंभीर तत्त्वज्ञान यांच्यापेक्षा खेळकरपणा आणि किंचित अंतर्मुख वृत्ती यांचाच दैनंदिन जीवन सुगंधित करून घेण्याच्या कामी त्या मनुष्याला अधिक उपयोग होण्याचा संभव आहे. त्याच्या मनाला उजाळा देण्याचे, त्याला वास्तव दृष्टिकोनातून जीवनाकडे पाहायला शिकविण्याचे, त्याची विनोद-वृत्ती जागृत करून तिचा मोहरा स्वत:कडे वळविण्याचे, आयुष्य हा विविध रसांचा परिपाक आहे, त्यातला प्रत्येक रस प्रमाणात असण्याने या परिपाकाला रुची येते, याची त्याला जाणीव करून देण्याचे कार्य निबंधकारापेक्षा लघुनिबंधकारालाच अधिक कुशलतेने करता येईल. म्हणून मराठी लघुनिबंधाचा भविष्यकाळ उज्ज्वल आहे असे मला वाटते. या पुढल्या काळातले लघुनिबंधकार आपल्या प्रवासाला प्रारंभ करण्यापूर्वी मागे वळून पाहतील तेव्हा फडके- काणेकर- कुसुमावती सारख्यांचे निबंध वाचून ते निश्चित म्हणतील, 'तो लघुनिबंधाच्या वासंतिक वैभवाचा काळ होता.'

— वि. स. खांडेकर

अनुक्रमणिका

सत्य आणि सत्य

परिचय

वामन मल्हार जोशी कादंबरीकार, निबंधकार, टीकाकार व तत्त्वविवेचक या चार नात्यांनी मराठी साहित्यात सुप्रसिद्ध आहेत. हरिभाऊ आपट्यांनंतरचे कादंबरीकार म्हणून ते लोकप्रिय झाले. कादंबरीला विचारप्रधान वळण त्यांनीच लावले. 'रागिणी', 'आश्रमहरिणी', 'सुशीलेचा देव' आणि 'इंदु काळे व सरला भोळे' या त्यांच्या चार कादंबऱ्या सामाजिक व वैचारिक अशा दोन्ही दृष्टींनी महत्त्वाच्या आहेत. त्यांच्या टीकांत व निबंधांत विद्वत्ता, रसिकता आणि मार्मिकता यांचा मनोहर संगम झाला आहे.

'सत्य आणि सत्य' हा निबंध त्यांच्या 'स्मृति-लहरीं'तून घेतला आहे. हे पुस्तक वामनरावांच्या इतर पुस्तकांहून अगदी निराळ्या प्रकाराचे आहे. त्याचे स्वरूप आठवणींसारखे आहे. अगदी साध्यासुध्या, व्यवहारातल्या गोष्टींकडे चिंतनशील दृष्टीने पाहण्याची वामनरावांची प्रवृत्ती, जीवनातील विविध दुःखे सूक्ष्म विनोदाने सुसह्य करून घेण्याचे त्यांचे सामर्थ्य, जीवन असे असावे, हा ध्येयवादी मनुष्याचा आग्रह चुकीचा नसला, तरी त्याने ते जसे आहे, तसेच हसतमुखाने स्वीकारले पाहिजे, ही त्यांची श्रद्धा, इत्यादी गोष्टी फार चांगल्या रीतीने या छोट्या पुस्तकात प्रतिबिंबित झाल्या आहेत. 'स्मृति-लहरींत' वामनरावांची शैली त्यांच्या कादंबऱ्यांपेक्षाही अधिक सोपी, प्रसन्न आणि खेळकर झाली आहे.

'स्मृति-लहरींतल्या' आठवणी लिहिताना वामनरावांनी एक विशिष्ट वाङ्मयप्रकार डोळ्यांपुढे ठेवून त्या लिहिलेल्या नाहीत. ॲडिसनसारख्या इंग्रज लेखकांचे स्वैर निबंध त्यांना आवडत असावेत. त्याच पद्धतीचे लेखन त्यांनी 'स्मृति-लहरींत' केले. त्यामुळे या आठवणींचे स्वरूप जवळजवळ लघुनिबंधासारखेच झाले आहे. त्यात लेखकाने मोकळेपणाने केलेले आत्मनिवेदन आहे, वाचकाला जड न वाटणारे तत्त्वचिंतन आहे, मधुर व स्वाभाविक विनोदाचे गुलाबपाणी सर्वत्र शिंपडले गेले आहे. इथे

जुन्या निबंधांतले पांडित्य नाही. प्रचारकी अभिनिवेश नाही किंवा अथपासून इतिपर्यंत भरलेले गांभीर्य नाही. उलट, मनमुराद मोकळेपणा आहे. प्रसंगी खोडकरपणा म्हणता येईल, इतका खेळकरपणा आहे. मित्राने मित्राशी गोष्टी बोलाव्यात, तशी हितगुजे इथे सांगितली गेली आहेत. 'सत्य आणि सत्य' हा लेख 'स्मृति-लहरींत' 'हे प्रेम वेडे, की शहाणे' या नावाखाली आला आहे.

पुष्कळ वर्षांपूर्वीची गोष्ट :

"मी आहे, म्हणून यांचा संसार चालला आहे. नाहीतर यांचं काय झालं असतं, कुणाला ठाऊक." वहिनी म्हणाल्या.

मी म्हणालो :

"धोंडोपंतांना सगळे लोक विद्वान म्हणतात आणि त्यांनी एवढी कीर्ती मिळविली आहे, ती उगीचच म्हणायची. भगवद्गीतेवर पुस्तक लिहिलं, शांकरभाष्याचा स्वतंत्र अर्थ केला, 'चटकचांदणी'सारखी कादंबरी लिहिली; त्यांना काहीच समजत नाही?"

"त्यांचं हे विद्वत्व व्यवहारात काय उपयोगाचं? सगळे प्रकाशक त्यांना फसवताहेत."

वहिनींच्या मनात धोंडोपंतांच्या विद्वत्तेबद्दल फार आदर होता, पण बाह्यत: आपलं उगीच त्या त्यांच्या पांडित्याबद्दल असं बोलत, हे उघडच आहे. धोंडोपंतांच्या स्वभावाबद्दलही त्यांना फार आदर वाटे. आपल्या इंदूवर आणि छोटूवर, आपल्यावर जेवढं आहे, त्यापेक्षा त्यांचं अधिक प्रेम आहे, त्याबद्दल त्या तक्रार करीत असत पण तेही बाह्यत:च. मनातून त्यांना ते आवडत असे. धोंडोपंत जेवढे विद्वान आहेत, तेवढे प्रेमळ आहेत, उदार आहेत, दिलदार आहेत, हे त्या ओळखून होत्या आणि ते त्यांना देवाप्रमाणे पूज्य होते; पण हे भोळे सांब आहेत, त्यांना व्यवहार कशाशी खातात, हे समजत नाही, आपण आहोत, म्हणूनच याचा संसार चालला आहे, नाहीतर या कलियुगात याचं देवपण मातीमोल झालं असतं, असं त्यांना आपलं वाटायचं.

आज तर त्यांना असं बोलण्याला चांगलाच आधार मिळाला होता.

बी.ए.ला नेमलेल्या एका संस्कृतकाव्यावर त्यांनी एक परीक्षोपयोगी टिप्पण्यांचं पुस्तक केवळ द्रव्यप्राप्तीच्या इच्छेनं लिहिलं होतं. लग्न झाल्यापासून बायकोची दागिन्यांची हौस त्यांना कधी पुरवता आली नव्हती, ते त्यांच्या मनाला लागलं होतं आणि अलीकडे दोन मुलं असल्यामुळे बायकोची हौस पुरवणं फारच मागे पडलं

होतं. थोडीबहुत हौस कुणाची पुरवता आली, तरी ती मुलांची पुरवावी, असं त्यांचं होत असे आणि वहिनीही मुलांच्या हौशी पुरवण्याबद्दलच आग्रह करावयाच्या. आपली दागिन्यांची हौस फिटली नाही, असं त्या अलीकडे बोलत नसत आणि म्हणून तर ते धोंडोपंतांच्या मनाला लागून राहिलं होतं! टिप्पण्यांचं पुस्तक मुंबईच्या प्रकाशकाला उक्तं देऊन टाकून, त्या पैशांत तिच्या हौशीची मोहनमाळ मुंबईहून घेऊन यायची आणि तिला आनंद-विस्मित करायचं, हा त्यांचा डाव होता. पत्नीला त्यांनी हे सांगितलं नव्हतं. फक्त पण 'तू सांगितलेलं सामान घेऊन रविवारी सकाळच्या गाडीनं परत येतो', हे तिला सांगितलं होतं. मलाही त्यांनी 'रविवारी दुपारी बारा वाजता येतो', म्हणून सांगितलं होतं. म्हणून मी दुपारी पाचाच्या सुमारास त्यांच्या घरी गेलो होतो. हेतू असा की, सकाळच्या गाडीनं नाही आले, तर दुपारच्या बाराच्या गाडीने पुण्याला साडेचार-पावणेपाचपर्यंत आले असतीलच आणि त्यांची गाठ खात्रीने पडेलच. सव्वापाच वाजले तरी स्वारी आली नव्हती, तेव्हा 'यांचं हे असंच आहे, पत्र लिहिल्याप्रमाणे कधी यायचे नाहीत, आपल्याला जमत नाही, तर दुसऱ्याला काळजी लावायला अमक्या गाडीनं येतो, म्हणून कळवावं कशाला?' इत्यादी गोष्टी मला मुकाट्याने ऐकाव्या लागल्या. 'येतील, अजून यायची वाट आहे.' असं काहीतरी म्हणून मी वेळ काढीत होतो आणि 'धोंडोपंतांचं संसारात लक्ष आहे, पण यांचं विद्येकडे अधिक लक्ष असल्यामुळे संसारातल्या बारीकसारीक गोष्टींकडे दुर्लक्ष होतं' असं दुबळं समर्थन मी करीत होतो.

दुपारचे बारा वाजल्यापासून वाट पाहून-पाहून त्या थकल्या होत्या आणि वैतागल्या होत्या आणि धोंडोपंतांच्या खऱ्या चाहत्यांजवळ कौतुकानं त्यांच्याविरुद्ध बोलण्याचा मोह त्यांना आता काही आवरता येईना.

"संसारात यांचं अगदी लक्ष नाही. आता मुंबईस गेले आहेत. ते येताना तिथे स्वस्त कापड मिळतं, ते घेऊन यायचे नाहीत. फिरकीचा पितळी तांब्या तिथे स्वस्त मिळतो, म्हणून तुमच्या 'यांनी' सांगितलं, तो येताना आणायला सांगितला आहे, तोदेखील आणणं व्हायचं नाही. चार रुपये सहा आण्यांना मिळतो, म्हणून मला तुमच्या 'यांनी' सांगितलं. तुमचं लक्ष आहे, तसं यांचं कुठं आहे?"

माझी ही स्तुती कितपत यथार्थ होती, हे माझं मला ठाऊक. मी तो तांब्या चार रुपये बारा आण्यांना घेऊन चार रुपये सहा आण्यांना आणला, म्हणून सांगितलं होतं! माझी ती स्तुती ऐकल्यावर माझ्या तोंडावर थोडंसं स्मित दिसू लागलं, तेव्हा वहिनी म्हणाल्या,

"तुम्ही हसा, पण माझं म्हणणं खरं आहे. यांना बाजारहाट काही समजत नाही. खिशात पत्रं आणि कागदाचे कपटे कोंबतात, त्याबरोबर पाच-दहा रुपयांच्या

नोटाही कोंबतात आणि कागदाबरोबर कोठे गेल्या, म्हणजे माझ्यावर कातावतात. बाकी नोटा गेल्या आहेत, हेसुद्धा पुष्कळ वेळा कळत नाही.''

''असं कसं होईल?'' मी म्हटलं. ''नोटा गेलेल्या ध्यानात येणार नाहीत, इतके का ते श्रीमंत आहेत?''

''मग सांगते काय'' त्या म्हणाल्या. ''अहो, मी मधूनमधून खिशातून एखादी नोट काढून घेत्ये, ते स्वारीच्या ध्यानात कुठे येतंय. यांच्याजवळ पैसा ऱ्हायचा नाही, म्हणून मी आपली अडीअडचणीच्या वेळेला उपयोगी पडावेत, म्हणून असं करत्ये!''

''चांगलं करता.'' मी उद्गारलो आणि स्मित केले.

''हो, चांगलंच करत्ये. असल्या पुरुषांना असंच फसवलं पाहिजे. त्यात काही पाप नाही. यांच्याशी सरळ वागून माणसाचं निभायचं नाही. तुम्हाला सांगत्ये, एक मजा यांची. यांचं टेबल मी लावून ठेवत्ये, त्याचे यांना उपकार नाहीत. टेबल लावून ठेवताना एखाद वेळेस त्यांच्या टिपणाचं एखादं चिठोरं इकडचं तिकडे झालं, तर अंगात जणूकाही भूत शिरतं आणि मला खायला उठतात. अशावेळी मी त्यांच्या लाडक्या इंदूचं नाव पुढे करत्ये आणि तिनेच काही कुठेतरी टेबलावरून हलवलं असेल, असं म्हणत्ये. मग मात्र सगळा राग शांत होतो.''

''इंदू चांगली उपयोगी पडते, म्हणायची.'' मी उद्गारलो

''अहो, असं करावं लागतं संसारात. माझ्यावर रागवायचं झालं की, मी इंदूला बाह्यात्कारी रागावू लागते आणि मग ते तिची कड घेऊन माझ्याशी वाद घालू लागतात आणि मूळचा राग कोठल्या कोठे निघून जातो.''

''तुमची युक्ती त्यांच्या ध्यानात येत नाही, म्हणून बरं आहे. नाहीतर ...''

''कसली ध्यानात येते यांच्या. यांनी माया नि ब्रह्म यांचा काथ्याकूट करावा; नाहीतर कालिदास आणि भवभूतींची नावं घेऊन एकसारखी रसचर्चा करावी; नाहीतर टिळक, गोखले, गांधी, कम्युनिझम यांच्याबद्दल तुमच्यासारख्यांशी वादावादी करावी; नाहीतर पुस्तकं लिहावीत! बाकी व्यवहाराचं ज्ञान शून्यच. बाजारातील भाजी आणायला गेले, तर पैसे हरवून येतील, नाहीतर भलतीच भाजी आणतील, नाहीतर ओझेवालीला भलतीच हमाली ठरवतील!''

''पुरुषांची दृष्टी जरा उदार असते.'' मी धोंडोपंतांची बाजू घेऊन म्हटलं, ''आणि त्यांना क्षुल्लक गोष्टींबद्दल घासाघीस करावीशी वाटत नाही.''

वहिनींना ते पटलं असावं, पण पतीविरुद्ध बोलून दुसऱ्याकडून त्याची स्तुती ऐकण्यात त्यांना एकप्रकारचं भूषण वाटत असावं, असं मला वाटतं आणि म्हणून मोठ्या कौतुकानं त्या आणखी म्हणू लागल्या :

''आणि यांना खाण्यापिण्यांतली चव तरी कुठे समजते आहे? 'स्वदेशी'

साखरच खायची, अशी शपथ घेतली आहे वेड्यासारखी आणि स्वदेशी साखर घरात नसली, म्हणजे मग गुळाचाच चहा पितात! कसा आवडतो, कोणास ठाऊक.''

''अहो, यात तत्त्वाचा प्रश्न असतो वहिनी; चवीचा नाही.'' मी म्हटलं आणि त्यांच्या वक्तृत्वाचा ओघ मधेच थांबविला, तेव्हा त्या म्हणाल्या,

''कसलं आलं आहे तत्त्व? चांगली-वाईट चव समजत असेल, तर ना? कोणत्या पदार्थात काय घातलं आहे, काय नाही, हे समजत नाही. यांची तुम्हाला मजा सांगते. अलीकडे यांना अनिमियासारखं झालं होतं, म्हणून डॉक्टरांनी अंडी खायला सांगितली. मला म्हणाले, 'अंडी मला नाही आवडत, मी खायचा नाही, मला ओकारी येते.' मी काय केलं, ठाऊक आहे? अंडी घातलेली चांगली चवदार धिरडी त्यांना करून देऊ लागले आणि अंड्याचं नावही काढलं नाही. आज महिनाभर देत आहे, त्यामुळे प्रकृती पुष्कळ सुधारली आहे; पण स्वारीला अजून मी काय करत्ये, याचा पत्ता नाही! अशा माणसांना असंच फसवलं पाहिजे. स्वदेशी साखर घरात आणलेली नसली, तर खुशाल विलायती साखरेचा चहा करत्ये आणि स्वदेशी साखरेचा, म्हणून सांगत्ये. इकडे काही कळत नाही.''

''असं फसवणं चांगलं का?'' मी म्हटलं.

तेव्हा माझ्यावरच उसळून त्या म्हणाल्या,

''पुरे झाला तुमचा वेदान्त. ते आले, म्हणजे त्यांच्याशी करा हे नीतीचं आणि हे अनीतीचं, असा काथ्याकूट? यात नीती कसली नि अनीती कसली?''

धोंडोपंत येण्याची वेळ आता पार टळल्यासारखी झाली होती, त्यामुळे काळजी वाटू लागून त्या चिडल्यासारख्या झाल्या होत्या, म्हणून त्या माझ्यावर उसळल्या असाव्यात. इतक्यात इंदू तेथे आली आणि 'बाबा आले का, बाबा आले का?' म्हणून आईला विचारून सतावू लागली. आपण इथे वाट पाहात बसावं का नाही, असा मी विचार करू लागलो. तेव्हा वहिनींनीच मागच्या बोलण्याचा पश्चात्ताप वाटून म्हणा किंवा खऱ्या तात्त्विक भावाने म्हणा, 'आणखी दहा-पंधरा मिनिटे थांबा, मी चहा ठेवते, तोपर्यंत आले, तर येतील' वगैरे बोलून मला ठेवून घेतलं आणि इंदूची समजूत काढण्याकरिता आणि चहा स्टोव्हवर ठेवण्याकरिता त्या घरात गेल्या.

त्या घरात गेल्यावर धोंडोपंतांचा टांगा येतो की काय, हे पाहण्याकरिता मी रस्त्यावर लक्ष देऊ लागलो. मनात हरतऱ्हेचे विचार येऊन प्रेमाच्या खेळांचा चमत्कार वाटू लागला. धोंडोपंत मुंबईस गेले, तेव्हा त्यांना पोहोचविण्याकरिता मी सहज त्यांच्या टांग्यातून स्टेशनवर गेलो होतो. टांग्यात आणि प्लॅटफॉर्मवर आमच्या गप्पा झाल्या, त्यात ते मला म्हणाले होते :

“तुम्ही चार रुपये बारा आण्याला फिरकीचा तांब्या घेऊन बायकोला चार रुपये सहा आण्यांना आणला, म्हणून सांगितलंत, त्याचं प्रायश्चित्त मला भोगावं लागत आहे. आमच्या हिनं तसला तांब्या मला आणायला सांगितला आहे. मला चार रुपये सहा आण्यांना कसा मिळणार? पण मी तिला चार रुपये पाच आण्यांना आणला, म्हणून सांगणार आहे. या बायकांना असं फसवल्याशिवाय गत्यंतर नाही.”

धोंडोपंतांचं स्टेशनवरचं हे वाक्य आणि वहिनींचं ‘या पुरुषांना असंच फसवलं पाहिजे,’ हे वाक्य मनात येऊन, कोण कोणाला फसवीत आहे आणि कशाकरिता आणि हे चांगलं का वाईट, हा विचार मोठा चमत्कृतिजनक वाटला आणि मी मनात हसलो. वहिनींनी म्हटलं होतं की, ‘यांना प्रकाशक फसवितात’. पण धोंडोपंत मला स्टेशनवर म्हणाले होते की,

“प्रकाशक मला या पुस्तकाबद्दल कमी पैसे देतील, हे मला ठाऊक आहे; पण मी निश्चय केला आहे की, जे काय येईल, ते घेऊन तिची मोहनमाळेची हौस या खेपेला पुरवायचीच. येताना घेऊन येईन आणि तिला चकित करून सोडीन. पैशांचं काय, कमी मिळाले आणि जास्ती मिळाले, तरी माझ्याजवळ थोडेच राहणार आहेत ते. आम्ही नेहमीच कफल्लक असणार. लग्न झाल्यापासून तिला काहीच केलं नाही, म्हणून या खेपेला निश्चयच केला आहे की, मोहनमाळ आणायचीच. प्रकाशक मला फसवतील, हे मला काय समजत नाही? तरी पण जी रक्कम येईल, ती घ्यायची आणि मोहनमाळ आणायची, असा निश्चयच केल्यावर फसण्याचा न फसण्याचा प्रश्न येतोय कुठे! तिला वाटतं, मला व्यवहार समजत नाही, पण प्रकाशकाकडून पैसे हबकून घेण्यापेक्षा मुलांची आणि बायकोची हौस पुरवणं हे या वेळी अधिक महत्त्वाचं आहे, हा अधिक व्यापक विचार मी मनात आणतो आणि खरा सांसारिक व्यवहार हा असाच आहे आणि तो मला अधिक कळतो...”

आता कोणाचं मत खरं समजायचं? पत्नीचं का पतीचं, याचा विचार मनात चालला होता. इतक्यात धोंडोपंतांचा टांगा रस्त्यावर दिसला. लगेच अंगणात खेळणारी इंदू आणि वाड्यातली दुसरी मुलं त्या टांग्याजवळ जमली. वहिनींनी स्वयंपाकघराच्या दाराशी येऊन ‘आले, वाटतं.’ असे उद्गार काढले आणि आमची स्वारी टांग्याजवळ जाऊन त्यांची वळकटी उचलू लागली.

घरात आल्यावर धोंडोपंतांनी कपडे वगैरे काढल्यावर प्रथम इंदूकरिता आणलेला खाऊ, तसंच मुंबईहून आणावेत, म्हणून सांगितलेले हिंग वगैरे पदार्थ ट्रंकेतून बाहेर काढले आणि वहिनी तेथे नाहीत, अशी खात्री करून घेऊन (काय बोलतो, ते इंदूला समजू नये, म्हणून इंग्रजीत) मला म्हणाले :

“या फिरकीच्या तांब्याशिवाय सगळे पदार्थ मी पुणे स्टेशनवरून घराकडे येताना वाटेत दुकानात घेतले आहेत आणि ‘तिला’ सांगणार की, मुंबईहून आणले

आणि स्वस्तात आणले. तांब्या चार रुपये पाच आण्यांना मिळाला, हे सांगायचं ठरलंच आहे. या बायकांना असं फसवल्याशिवाय गत्यंतर नाही.''

त्यांचं बोलणं ऐकून मी त्यांना दुजोरा दिला आणि पुढे काही बोलणार, इतक्यात वहिनी आमच्या खोलीत आल्या आणि 'धिरडं होत आलं आहे', असं म्हणून धोंडोपंतांना 'हातपाय धुण्यास उठावं', अशी सूचना दिली.

धिरडं खाताना धोंडोपंत म्हणाले :

''मला अंडी खायला पुष्कळ सांगतात, पण आपल्याला काही ते जमायचं नाही. मी हे धिरडं, लोणी वगैरे खातो आणि माझी प्रकृती चांगली सुधारत आहे. आमच्या हिच्या हातचं धिरडं म्हणजे एक मेजवानी आहे.''

''अहो, बायकोच्या हातचं आधीच गोड लागतं. त्यातून वहिनींसारख्या सुग्रणीच्या हातचं; मग काय?''

असं म्हणून अंड्याचं गुपित मी कसं लपवलं आहे, असं सुचविण्याकरिता वहिनींकडे पाहून थोडंसं साभिप्राय स्मित केलं.

''गोड बोलून चहा उकळण्याचा बेत दिसतोय.'' धोंडोपंत माझ्याकडे पाहून म्हणाले.

''चहा घेईन मी,'' मी म्हटलं, ''पण 'गुळा'चा नको. आम्हाला आपली विदेशी साखर चालते. मीदेखील स्वदेशी साखरेचं असंच व्रत घेतलं होतं, पण अलीकडे सोडलं आहे, हे तुम्हाला ठाऊकच आहे.''

''आपल्याला विदेशी साखरेचा चहा नाही चालायचा.'' धोंडोपंत म्हणाले. ''स्वदेशी साखर घरात नसली, तर माझ्यापुरता गुळाचा चहा कर.''

''आहे, स्वदेशी साखर आहे; नुकतीच आणली आहे मी.''

असं म्हणून वहिनींनी माझ्याकडे साभिप्राय पाहिलं आणि मी प्रत्युत्तरादाखल म्हटलं,

''अहो, सुगृहिणी म्हटलं मघाशी, ते उगीच का?''

वहिनी हे ऐकून खूश झाल्या आणि घरात गेल्या. तेव्हा धोंडोपंत म्हणाले,

'तत्त्व म्हणजे तत्त्व. मीही स्वदेशीचं व्रत सोडावं म्हणतो; पण सोडीतोपर्यंत आम्ही गुळाचा चहादेखील पिऊ.'' बोलता बोलता त्यांना एकदम ते छापीत असलेल्या एका पुस्तकाच्या प्रुफांची आठवण झाली आणि एकदम त्यांनी घरात मोठ्यानं विचारलं, ''काय गं, तपासलेली प्रुफं 'सरस्वती-भूषण' छापखान्यात पाठवायला सांगितली होती, ती पाठविलीस का?''

वहिनी प्रुफं पाठवायला विसरल्या होत्या. तेव्हा 'नाही पाठवली' हे कबूल करावं लागलंच. धोंडोपंत हे- पत्नीनं दूध सांडलं, भाजी तिखट झाली, कप फोडले, कपडे फाडले, पैसे कमी-अधिक खर्च केले, तरी रागवायचे नाहीत; पण

प्रुफे पाठविली नाहीत, हे ऐकल्याबरोबर ते एकदम भडकले आणि काहीतरी रागाने बोलू लागले. तेव्हा वहिनींनी आपली अमोघ युक्ती काढली आणि म्हणाल्या,

''या इंदूनं टेबलाशी खेळून टेबलावरच्या ढिगात प्रुफं कुठं टाकलीत, ती दोन दिवस मला सापडत नव्हती. आज सकाळी सापडली. या कार्टीला झोडपून काढलं पाहिजे.''

इंदूचं नाव काढल्याबरोबर धोंडोपंत नरम पडले आणि म्हणाले,

''जाऊ दे गं, तिला का उगाच बोलतेस. पोरं अशी खेळायचीच.''

हे ऐकल्याबरोबर वहिनींना जोर चढला आणि त्या म्हणाल्या,

''लाडावून ठेविली आहे पोरीला. उद्या डोकीवर मिरी वाटील, तेव्हा समजेल.''

''माझ्यापेक्षा तूच लाडावून ठेविली आहेस तिला.'' धोंडोपंत म्हणू लागले.

तेव्हा मी म्हटलं,

''जाऊ द्या हो. दोघांनी लाडावून ठेविली आहे, असं म्हणू या. नाहीतर कोणीच नाही लाडावून ठेविली असं म्हटलं, तर सगळ्यांत उत्तम.'' आणि विषय बदलण्याकरिता लगेच म्हटलं : ''हा फिरकीचा तांब्या केवढ्याला आणलात? कुठे मिळाला?''

''तुम्ही घेतलात, तिथे. तो प्रथम चार रुपये बारा आणे सांगू लागला, पण अखेर चार रुपये सहा आण्याला द्यायला तयार झाला, पण मी कसला वस्ताद, शेजारच्या दुकानात जाऊन पाहिलं. तिथं तसलाच आणि तेवढ्याच वजनाचा हा तांब्या चार रुपये पाच आण्यांना मिळाला. इतकं मी करतो, तरी ही म्हणते, की यांचं पैशाकडं लक्ष नाही, व्यवहार काही समजत नाही!''

मोठा विजय मिळविल्याच्या ऐटीनं हे बोलून त्यांनी माझ्याकडे पाहून डोळे मिचकावले, ते इंदूने पाहिले, पण तिला त्यातला भावार्थ काही समजला नाही. वहिनींनी पाहिले नाहीत, तेव्हा वादात जणू काही पराभव झाला, असं समजून (आणि एका दृष्टीने आनंदून!) त्या म्हणाल्या,

''एखादे वेळेस लक्ष घातलं, म्हणजे संसारात लक्ष आहे, असं होत नाही काही.'' वगैरे वगैरे.

त्या असं उत्तर देत होत्या खऱ्या, पण आपला पराभव झाला, असं त्यांच्या मनालाच वाटत असल्यामुळे त्यांच्या बोलण्यात दम नव्हता.

आनंदात्मक पराभवाच्या या वृत्तीत भर घातली धोंडोपंतांनी आणलेल्या मोहनमाळेनं, धोंडोपंतांनी चहापाणी झाल्यावर ट्रंकेतून हळूच एक लहान पेटी काढली आणि इंदूला विचारलं,

''काय आहे यात? ओळख.''

''आईला काहीतरी दागिना आणला असेल.'' ती म्हणाली.

"हो, मला आणताहेत दागिना!" वहिनी उद्‍गारल्या. "आता बाई, दागिनेबिगिने सगळे तुला!" असं म्हणून त्यांनी इंदूच्या हातांतून पेटी अर्धवट हिसकावूनच घेतली आणि उघडून पाह्यलं, तो ज्या दागिन्याची त्यांची हौस फिटली नव्हती, तो दागिना - त्यांना ज्या घाटाची मोहनमाळ पाहिजे होती, त्या घाटाची - मोहनमाळ!

वहिनींनी आनंदानं स्मित करून मोहनमाळेकडे निरनिराळ्या कोनांतून पाहून किंमत विचारली. धोंडोपंतांनी दहा-पंधरा रुपये जास्तीच सांगितले. तेव्हा 'इतके रुपये कशाला उगाच खर्च केले' वगैरे वरवरच्या गोष्टी बोलून त्यांनी ती मोहनमाळ इंदूच्या गळ्यात घातली. तिला ती फारच शोभून दिसत होती. हे पाहून त्या प्रेमळ मातेने लगेच म्हटलं,

"मला आणली खरी, पण इंदू, तूच घालीत जा. माझं आता दागिने घालायचं का वय आहे? जा, इंदू, शेजारच्या काकूंना नमस्कार कर आणि मला मुंबईहून ही आणली आहे, असं सांग."

इंदू शेजारच्या घराकडे गेल्यावर वहिनीही घरात गेल्या आणि आमचं दोघांचं बायकांच्या दागिन्यांबद्दलच्या हौशीबद्दल वगैरे बोलणं सुरू होऊन, बायकांच्या कोत्या समजुती वगैरेवर ते थोडंसं रेंगाळून, अखेरीस त्यांचा सोशीकपणा, त्यांचं अपत्यप्रेम, पतिप्रेम वगैरे गुणांची सर कोणाला यायची नाही, इथपर्यंत आल्यावर मग धोंडोपंतांनी 'मायावादा'वर जो एक निबंध लिहिण्यास घेतला होता, त्या पांडित्यात्मक विषयाकडे संभाषणाचा ओघ वळला.

"वेदामध्ये माया म्हणजे 'शक्ती' असा अर्थ आहे, पुढे त्याला मिथ्या हा अर्थ आला; पण शंकराचार्यांच्या 'मायावादा'चा अर्थ जग हे मिथ्या आहे, असा मात्र नाही. जगाकडे पाहण्याची आपली दृष्टी म्हणा, वृत्ती म्हणा, चुकीची असते, या अर्थानं जग हे मिथ्या आहे. आपली मूल्यं चुकीची असतात. आपण आपल्याच दृष्टीनं विचार करतो. इतर लोकांच्या दृष्टींचा विचारही ज्यात आहे, असं साकल्यज्ञान म्हणजे ब्रह्मज्ञान." इत्यादी इत्यादी गोष्टी धोंडोपंत सांगू लागले, ते मी मधूनमधून शंका विचारून किंवा रुकार दर्शवून ऐकून घेतलं आणि शेवटी म्हटलं :

"मायावादाचा अर्थ मी प्रेमवाद करतो. म्हणजे प्रेमाशिवाय जगात काही नाही, असा माझा अर्थ. जगात द्वेष, असूया, मूर्खपणा, लबाडी, आपत्ती, दुःख, हलकटपणा या सगळ्या गोष्टी असतील, पण माणसाचं कोठे ना कोठे तरी प्रेम असतं आणि या प्रेमामुळेच जगात जगावंसं वाटतं. जगात प्रेम नसतं, तर जगायचं कोणासाठी? कशासाठी? अपत्यप्रेम, मातृप्रेम, बंधुप्रेम, देशप्रेम, विद्याप्रेम, ध्येयप्रेम - प्रेम कशावर का असेना, या प्रेमामुळेच जगात माणसाला जगावंसं वाटतं. या प्रेमानं कोठलंही रूप घेतलं, तरी त्यात एकप्रकारचं सौंदर्य, मांगल्य, आनंददायकत्व येतं. ज्या खोटेपणाच्या किंवा कपटाच्या मुळाशी प्रेम आहे, तेही माझ्या मनात सुंदर

आहे, मंगल आहे, आनंददायक आहे, सच्चिदानन्द स्वरूप आहे.''

मी आपलं वक्तृत्व पुढे चालवलं असतं, पण धोंडोपंतांनी मला अडवलं आणि म्हटलं,

''आपण शंकराचार्यांच्या मायावादाचा अर्थ करीत आहोत. मायावादाचा 'वामनी' अर्थ नाही. पूर्वीच्या वामन कवीनं 'यथार्थदीपिका' लिहिली, तशी तुम्ही 'यथार्थलापिका' आता लिहा!''

मी काही उत्तर देणार होतो, इतक्यात इंदू तेथे आली आणि 'मोहनमाळ मला द्यायची ना? मी रोज घालू ना?' वगैरे वगैरे लाडिकपणाचं तिनं बोलून आमच्या मायावादाला आमच्या संभाषणातून पार हुसकावून लावलं आणि मग मी घरच्या 'मायेनं' ओढला जाऊन घराकडे निघालो!

★

श्री. वामन मल्हार जोशी

हातरुमाल

परिचय

काकासाहेब कालेलकर हे उच्च दर्जाचे निबंधकार, प्रवास-वर्णनकार, कलामीमांसक आणि जीवनमूल्याचे भाष्यकार आहेत. गांधीजींच्या निकटवर्ती मंडळींत काकासाहेबांची पहिल्यापासून गणना होत आली आहे. त्यांचे ऐन उमेदीचे आणि कर्तृत्वाचे सर्व आयुष्य गुजरातेत गेले. मातृभाषा मराठी असूनही त्यांनी आपल्या लेखनाला प्रथमतः गुजराथीत प्रारंभ केला. गुजराथीतले ते प्रथम श्रेणीचे साहित्यिक मानले जातात. 'स्मरणयात्रा' या त्यांच्या गुजराथी पुस्तकाच्या आतापर्यंत सहा आवृत्त्या निघाल्या असून, त्याच्या पंधरा हजारांपेक्षा अधिक प्रती खपल्या आहेत. गांधीजींच्या सर्वप्रकारच्या चळवळींत काकासाहेबांनी भाग घेतला असला, तरी त्यांचा आत्मा शिक्षकाचा आहे, साहित्यिकाचा आहे. ते खऱ्याखुऱ्या अर्थाने संस्कृतीचे उपासक व संवर्धक आहेत.

गुजराथीच्या मानाने काकासाहेबांचे लेखन मराठीत उशिरा प्रसिद्ध झाले पण त्यांच्या साहित्याला गुजराथीप्रमाणेच मराठीतही त्वरित मान्यता मिळाली. त्यांच्या वाङ्मयात तसेच वैशिष्ट्यपूर्ण गुण आहेत. 'भक्तिकुसुमे' किंवा 'लोकमाता' हे त्यांचे एकच पुस्तक वाचले, तरी त्यांच्या प्रवासवर्णनाची हातोटी किती अनुपम आहे, विवेचक दृष्टी कायम ठेवूनही निसर्गातल्या आणि जीवनातल्या काव्याचा व उदात्ततेचा आस्वाद ते किती समरसतेने घेतात आणि त्याचा आविष्कार किती उत्कृष्ट रीतीने करू शकतात, हे सहज दिसून येईल. त्यांची अशाप्रकारची प्रवास-वर्णने वाचताना, ते नुसते निबंधकार नाहीत, तर गद्यकवी आहेत, अशी खात्री होते.

'हातरुमाल' हा त्यांचा लघुनिबंधवजा छोटा लेख 'वनशोभा' या त्यांच्या चिमुकल्या पुस्तकातून घेतला आहे. काकासाहेबांनी आगगाडीच्या प्रवासात जाता जाता तोंडानं सांगितलेल्या छोट्या लेखांचा हा संग्रह आहे. त्यात बुद्धिपुरस्सर त्यांनी लघुनिबंध-लेखनाचा प्रयत्न केलेला

नाही, पण लघुनिबंधाची अनेक वैशिष्ट्ये या लेखात प्रकट झाली आहेत.
लघुनिबंधाला कुठलाही विषय चालतो. काकासाहेबांनी इथे समोर पडलेला
हातरुमालच उचलला आहे. विचारवंत मनुष्याच्या ठिकाणी वसत असलेली
सूक्ष्म विनोदबुद्धी त्यांच्या विपुल निबंध-लेखनात आणि स्मरणयात्रेसारख्या
आत्मचरित्रात्मक पुस्तकात दिसून येते, पण लघुनिबंधकाराला सूक्ष्म व
सौम्य विनोदाप्रमाणे खेळकर विनोदाचीही देणगी लाभदायक होते. या
निबंधात काकासाहेबांचे हे वैशिष्ट्यही प्रकट झाले आहे.

संस्कृतमध्ये नोकराला किंकर म्हणतात. कारण पडेल ते काम करण्याची
तयारी असल्यामुळे मालकाला तो वारंवार विचारतो,

"अधुना किं करोमि?"

अशा किंकराला पगार द्यावा लागतो. निजण्यासाठी आठ तास सुटी द्यावी
लागते. मधूनमधून तो कंटाळला, म्हणजे त्याचे कोणी नातेवाईक मरतात व त्याला
घरी जाण्याची परवानगी देणे भाग पडते.

किंकर हा पूर्णपणे किंकर नसतो. मला वाटते, खरा किंकर म्हणजे हातरुमाल
होय. विकत घेतल्यापासून हरवून जाईतोपर्यंत (माझे हातरुमाल कधीच फाटत
नाहीत. फाटण्यापूर्वीच ते हरवून टाकण्याची कला मला साधलेली आहे.) हातरुमाल
एकसारखे कामाला सज्ज असतात. हातरुमालाचा मुख्य उद्देश म्हणजे तोंड पुसणे.
मी जेव्हा हातरुमाल प्रथम वापरू लागलो, तेव्हा माझी प्रामाणिक समजूत अशी
होती की, हातरुमाल हा खिशातून अर्धवट बाहेर ठेवण्यासाठी किंवा उंदीर बिळातून
डोकावतो, त्याप्रमाणे खिशातून थोडासा डोकावण्यासाठी असतो. पान खाऊन तोंड
रंगविणे हे जसे शोभेचे साधन आहे, सौंदर्याचे लक्षण आहे, त्याप्रमाणे काळ्या
कोटाच्या खिशात हातरुमाल कोंबून त्याचे तोंड गोरे करणे हेही एक सौंदर्याचे
लक्षण आहे, अशी माझी समजूत असल्यामुळे तोंडाला घाम आला असता
हातरुमाल न वापरता मी माझ्या धोतराच्या सोग्यानेच तोंड पुशीत असे आणि
त्यावेळी मी काही चूक करीत होतो, असे मला आजदेखील वाटत नाही. वेदात
नाही का सांगितले की, हात, डोके आणि मांड्या हे फक्त द्विज असून पाय शूद्र
होत! द्विजांनाच संस्काराचा अधिकार आहे. मी नेहमी माझी टोपी, हातरुमाल आणि
कोट साफ ठेवीत असे. धोतर बोलूनचालून शूद्र. त्याला धोब्याकडे जाऊन संस्कारित
होण्याचा अधिकार कधीच नव्हता आणि मीदेखील फारशा काळजीने धोतर धूत नसे.

एके दिवशी आमच्या भटजींनी तुकाराम महाराजांचा एक अभंग म्हणून
दाखविला -

जरी तो ब्राह्मण झाला धर्मभ्रष्ट । आहे तरी श्रेष्ठ तिन्ही लोकीं ।।

त्या दिवसापासून टोपी स्वच्छ ठेवावयाची गरज मला भासेनाशी झाली. गांधींचा मला मोठा राग येऊ लागला व मी पांढरी टोपी सोडून देऊन काळी टोपी डोक्यावर ठेवून दिली. काळी टोपी कितीही घामट होवो, ती चहाडखोरपणा कधी करावयाची नाही. पुढेपुढे कोटदेखील काळा का असू नये, असा तर्क चालवून मी कोट स्वच्छ न ठेवण्याच्या पंथाला लागलो. हातरुमाल मात्र रोज अंघोळीच्या वेळी स्वत: स्वच्छ धुऊन मी माझ्या खोलीतच वाळत टाकीत असे.

एक दिवस आमच्या वर्गात महंमद कासम म्हणून एक मुलगा आला. त्याच्या खिशात तपकिरी रंगाचा हातरुमाल होता. मला वाटले, महंमद कासम माझ्या पुढे गेला खरा!

हातरुमालाचा खरा उपयोग बाजारातून भाजी आणण्यासाठी आहे, असे माझ्या मामांनी सांगितले, ते सर्व वस्तू नोकरांकडून आणवीत; पण भाजी आणावयास मात्र त्यांनी कोणासही सांगितले नव्हते. स्वत: भाजी आणणे हा त्यांचा धर्म होता. एकदा त्यांचा हातरुमाल मला वापरावा लागला. त्याने तोंड पुसावयास गेलो, तो कोथिंबिरीचा असा काही उत्तम वास येऊ लागला की, शाळेला जाण्याचे सोडून मी सरळ स्वयंपाकघराकडे गेलो.

पुढे आमच्या शाळेत पुष्कळ फेरफार झाले. डॉक्टर लोक येऊन आमची तपासणी करू लागले. त्यामुळे दर शनिवारी तरी आम्हाला आमचे कपडे स्वच्छ ठेवावे लागत. डॉक्टरांनी आम्हाला अपघात झाला असताना ताबडतोब काय इलाज करावेत, हा विषय शिकविला. एखाद्याचे बोट कापले, सायकलवरून पडून गुडघा फुटला, क्रिकेट खेळताना नाकावर चेंडू आदळून घुळणा फुटला, तर ताबडतोब हातरुमालाची चिंधी काढून पाण्यात भिजवून ती वापरावी, असे डॉक्टरांनी आम्हास सांगितले. आमच्या गणप्याचे हातरुमाल नेहमी फाटत, कारण त्याला आपली पुस्तके रुमालात बांधून आणण्याची सवय असे. त्यामुळे त्याला नियमितपणे घरी रागावून घ्यावे लागे. डॉक्टरांनी तो धडा देताच गणप्या मला म्हणतो, डॉक्टरांचे केवढे उपकार आहेत! जेव्हा जेव्हा आता माझा रुमाल फाटेल, तेव्हा तेव्हा घरी मी काकांना असेच सांगणार की, वर्गातील मुलाला ठेच लागून तो पडला, म्हणून माझा हातरुमाल फाडून मी त्याला पट्टी बांधली.

एके दिवशी रस्त्यात एक हँडबिल माझ्या हाती पडले. प्रख्यात वैमानिक हँटसल हा आपल्या प्रचंड विमानात बसून आकाशात जाईल व रेशमी छत्रीतून खाली उतरेल, असे त्या जाहिरातीत छापले होते. आम्ही ही मौज पाहावयास शर्यतीवर गेलो. विमान आमच्या भोवऱ्याच्या आकाराचे होते व त्याच्याखाली एक भलीमोठी, मिटलेली छत्री टांगलेली होती. छत्रीला दांडा नव्हता व काड्याही

नव्हत्या. फक्त दोऱ्या होत्या आणि खाली एक वेताची टोपली होती. त्या टोपलीत बसून हॅंटसल वर गेला. बराच वर गेला आणि मग त्याने छत्रीला विमानाशी बांधून ठेवणारी दोरी कापून टाकली. विमानाचे ओझे कमी होताच ते वाकडे तोंड करून हवेत गटांगळ्या खाऊ लागले आणि रेशमी छत्री एकदम पसरून तिचा फुगा झाला. तिच्या डोक्यावर असलेल्या लहानशा भोकातून हवा जसजशी निघून जाऊ लागली, तसतशी टोपलीच्या ओझ्याने छत्री खाली येऊ लागली.

त्या दिवशी आम्हाला फार मौज वाटली. विमानविद्येचे कसलेही धडे न घेता त्या दिवशी रात्री स्वप्नात मी आकाशोड्डाण केले, पण माझी छत्री आमच्या गावच्या तळ्यात पडल्यामुळे मी खडबडून जागा झालो. स्वप्नात होतो म्हणून बरे झाले; नाहीतर बुडूनच जायचा!

दुसऱ्या दिवशी मी माझा मोठा हातरुमाल घेऊन त्याच्या चारही कोपऱ्यांना हातहात लांबीच्या चार दोऱ्या बांधल्या व त्यांची सुटी टोके एकत्र बांधून त्या गाठीतच एक चांगलासा धोंडा बांधून दिला. पुढे हातरुमालाचा मध्य चिमटीत धरून मी माझी ही विमानी छत्री आकाशात उंच भिरकावून दिली. जणू गोफणीतील धोंडा! धोंडा खाली उतरू लागला व हातरुमाल फक्कन् छत्रीप्रमाणे आकाशात पसरून आमचा धोंडा हॅंटसलच्या छत्रीप्रमाणे हळूहळू जमिनीवर अवतरला. माझे पाहून आमच्या आळीतील सर्वच मुलांना ही विद्या अवगत झाली आणि सर्वच हातरुमाल आळीतील लहानमोठ्या धोंड्यांना स्वर्गारोहण आणि भूमिअवतरण असा दुहेरी आनंद देऊ लागले.

कोणतीही विद्या अनधिकारी माणसाच्या हाती घातकी ठरते. लहान लहान मुले आमचे अनुकरण करून विमानछत्र्या उडवू लागली व त्यांचे धोंडे सुटून खिडक्यांच्या तावदानांवर आपटू लागले. त्यामुळे राजद्रोही वाङ्मयाप्रमाणे आम्हा सर्वांचे हातरुमाल जप्त होऊ लागले. धोंडा लागून एखाद्या मुलाच्या डोक्याला खोक पडली, म्हणजे देखील रुमालाचा उपयोग होऊ लागला. पुढे पावसाळा आला व आमचा हा सर्व विनोद बंद पडला.

त्या दिवसांत धोंड्यांच्या अवतरणावर मी एक निबंध लिहिल्याचे आठवते. थोडासा फेरफार करून तोच निबंध आज हातरुमालासाठी वापरतो आहे, झाले! काही सुचत नसले, म्हणजे पाठ केलेल्या निबंधामध्ये थोडे फेरफार करून ओढूनताणून दुसऱ्या विषयासाठी ज्यांना वापरावे लागतात, त्यांना तरी निदान माझ्याविषयी सहानुभूती अवश्य वाटेल.

☆

आचार्य काकासाहेब कालेलकर

तृणाची थोरवी

परिचय

साने गुरुजी आबालवृद्धांना प्रिय असलेले साहित्यिक आहेत. समाजातली निरनिराळ्या वयांची व भिन्नभिन्न थरांतली माणसे गुरुजींचे वाङ्मय मोठ्या आवडीने वाचतात. त्यांचे वाङ्मय भावनेतून स्फुरलेले आहे; तळमळीतून निर्माण झालेले आहे. आपल्या भोवतालच्या जगातील दारिद्र्य, अज्ञान आणि विषमता ही सर्व विषशल्ये शक्य तितक्या लवकर नाहीशी व्हावीत, व्यक्तिजीवनातल्या व समाजजीवनातल्या अमंगलाचा विनाश होऊन, तिथे सत्य, सौंदर्य आणि समता यांची पूजा करणारे मांगल्य प्रस्थापित व्हावे, या ध्यासाने प्रेरित झालेले, आपली ही सारी स्वप्ने सत्यसृष्टीत उतरावीत, म्हणून केवळ लेखणीनेच नव्हे, तर तनमनधनाने अहर्निश झटणारे साहित्यिक, हे वर्णन विद्यमान लेखकांत सान्यांनाच संपूर्णपणे लागू पडेल. ते खर्‍याखुर्‍या अर्थाने जीवनवादी लेखक आहेत. पाखरे जी गोड किलबिल करतात, ती काही त्यांना कुणी गवई शिकवीत नाही. निसर्गाच्या शाळेतच त्या कलेचे शिक्षण त्यांना मिळते. आपली लेखनकला तशीच आहे, अशी सान्यांची श्रद्धा आहे. त्यामुळे तांत्रिक, कलात्मक अथवा केवळ बुद्धिनिष्ठ दृष्टीने त्यांचे वाङ्मय वाचणारांना ते थोडे सदोष वाटले, तरी आपल्या जिव्हाळ्याने सद्भावनांच्या परिपोषाने आणि सोज्ज्वळ ध्येयवादाने त्यांच्या लेखनाने सर्वसाधारण वाचकांच्या हृदयात मानाचे स्थान मिळविले आहे.

सान्यांचे लिखाण विपुल व विविध आहे. काव्य, चरित्र, कथा, कादंबऱ्या, नाटके, निबंध वगैरे सर्व क्षेत्रांत स्वतंत्र आणि अनुवादात्मक अशा दोन्ही रीतींनी त्यांची लेखणी अनेक वर्षे अव्याहत निर्मिती करीत आली आहे. त्यांच्या कादंबऱ्यांपैकी, 'आस्तिक', 'श्यामची आई', 'क्रांति' व 'तीन मुले' या विशेष उल्लेखनीय आहेत. मुलांकरिता त्यांनी लिहिलेल्या 'गोड गोष्टी' व 'आवडत्या गोष्टी' हे रसाळ किशोर वाङ्मयाचे चांगले

नमुने आहेत. या गोष्टींच्या द्वारे त्यांनी मुग्ध वयातल्या असंख्य विद्यार्थ्यांचा मोठमोठ्या पाश्चिमात्य कथाकारांशी परिचय करून दिला आहे. 'भारतीय संस्कृति', 'कला म्हणजे काय?' वगैरे त्यांचे प्रबंधही विशिष्ट गुणांनी मंडित आहेत.

मात्र साने कथा-कादंबऱ्यांच्या द्वारे आबालवृद्धांच्या हृदयापर्यंत पोहोचले असले, तरी ते हाडाचे निबंधकार आहेत. प्रचार प्रामाणिक जिव्हाळ्याने भरलेला, ध्येयवादाने रंगलेला, मांगल्याने फुललेला प्रचार— हा त्यांच्या लेखनाचा आत्मा आहे. आपल्या सर्व वाङ्‌मयीन शक्ती ते, हा आत्मा यशस्वी व्हावा, म्हणून राबवितात. गोड निबंधांचे तिन्ही भाग चाळून पाहणारांना आपले काव्य, आपली विद्वत्ता आणि आपली रसिकता ही सारी सान्यांनी सामाजिक प्रगतीच्या रथाला कशी जुंपली आहेत, याची पूर्ण कल्पना येईल.

या प्रवृत्तीमुळे सान्यांच्या निबंधांत लघुनिबंधवजा लेखन क्वचितच आढळते. मात्र तशा प्रकारचे लेखन करायला लागणारी शक्ती त्यांच्या ठिकाणी मोठ्या प्रमाणात वास करीत आहे, हे गद्यकाव्य व लघुनिबंध यांच्या सीमेवर उभ्या असणाऱ्या 'तृणाची थोरवी' या खालील लेखावरून दिसून येईल.

❧

अमेरिकेत वॉल्ट व्हिटमन म्हणून एक उच्च दर्जाचा व स्वतंत्र प्रतिमेचा कवी गेल्या शतकात होऊन गेला. त्याने आपल्या काव्यसंग्रहास Leaves of the grass - तृणपर्णे- हे साधे नाव दिले आहे.

वॉल्ट व्हिटमन याने आपल्या सुंदर स्फूर्तिदायक कवितांस तृणपर्णे हे साधे नाव का बरे दिले? एक दिवस मी पहाटे उठलो व मला वॉल्ट व्हिटमनच्या काव्याची आठवण झाली व त्या नावाचा मी विचार करू लागलो. तृणासंबंधी मी विचार करू लागलो, तो तो माझी मती गुंग होऊन गेली. लहानसे तृण, परंतु महिमा थोर आहे, असे मला दिसून येऊ लागले. वॉल्ट व्हिटमनने स्वतःच्या काव्यात तृणपर्णे हे नाव का दिले, ते समजून आले.

तृण - गवत - किती लहान व चिमुकले - तरी पण त्याचा महिमा फार मोठा आहे. तृण हे सर्व विश्वास गुरुस्थानी शोभण्यासारखे आहे. वर्षाऋतूस प्रारंभ झाला, म्हणजे जेथे पूर्वी काहीही दिसत नव्हते, जेथे रखरखीत व उजाड भासत होते, ज्या जमिनीवर व पर्वतशिखरांकडे दृष्टी फेकली असता रखरखीतपणामुळे दिपल्यासारखे होई, तीच भूमी, तेच पर्वत, तीच डोंगराची अंगे-प्रत्यंगे किती सुंदर व रमणीय दिसू

लागतात! डोळ्यांस संतोषदायक अशी हिरवी नव्या नव्हाळीची मृदु लव सर्वत्र दिसू लागते. कोठेही चौफेर दृष्टी फेका. जेथे जेथे म्हणून जागा असेल, तेथे तेथे हे तृण सर्वत्र उगवलेले असते. घराच्या कौलांवर, दगडांच्या अंगावर, वृक्षांच्या स्कंधावर, वरसुद्धा गवत उगवलेले दिसेल. या तृणास उगवण्यासाठी वाटेल ते ठिकाण चालेल. त्या ठिकाणी ते आपली सोय करून घेते. अमुकच ठिकाणी मी वाढेन, असे त्याला वाटत नाही. परिस्थितीचा प्रतिबंध तृणाला कधीच नसतो.

लहानसे- इवलेसे गवत! पण हे मूठभर उंचीचे असले, तरी सारी धरणी ते व्यापून टाकते. सर्व भूतलास आपल्या पायांनी त्याने आक्रांत करून सोडले आहे. लहान वस्तूंतही ऐक्यामुळे व दृढ निश्चयाने पाहा, कसे सामर्थ्य उत्पन्न होते ते. एवढेसे गवत! परंतु त्याने विस्तृत पृथ्वीस हिरव्या शालूनं नटवली आहे. या तृणाने डोंगराच्या पाठीवर हिरव्या झुली घातल्या आहेत; पर्वताच्या माथ्यावर हिरवे मंदील बांधले आहेत.

कधीकधी हे तृण उंचही वाढते. वाऱ्याच्या झुळकेसरशी ते मंद डुलत असते. कबीराचा मुलगा कमाल हातात विळा घेऊन गवत कापण्यासाठी गेला असता या तृणाच्या मंद डोलण्यानेच तो मोहून गेला, प्रेमाचा धडा शिकला. त्या डोलणाऱ्या तृणाने माना हलवून कमालास सांगितलं, 'कापू नको, नको रे कापू!' तरी या तृणाची प्रार्थना कोणी ऐकिली नाही व त्याला कापले, तरी ते कुरकुर करीत नाही. सारा देह या तृणाने परार्थच दिलेला असतो. मनुष्ये त्यास कापून काढतात, आगगाडीचे मालक त्यास आग लावतात, गुरे त्यावर चरतात व दातांनी कुरतडतात. परंतु ते तृण कुरकुर करीत नाही. उलट जरा पाऊस पडला, चार दवाचे थेंब पडले, तर ते पुन्हा वैभवाने वाढू लागते, डुलू लागते, खुलू लागते. तृणाचे हे वाढणे कोणासाठी आहे? तृणाची हिरवी संपत्ती कोणासाठी आहे? ते वैभव दुसऱ्याने लुटावे, त्या वैभवाने दुसऱ्याने संपन्न व्हावे, गाईगुरांनी पुष्ट व्हावे, दूध द्यावे, म्हणून आहे.

तृण हे समदृष्टी आहे. कधीकधी त्याच्या मृदू अंगावर विषारी भुजंग पसरलेले असतात. त्या विषधरांस ते नाही म्हणत नाही. आपला सुंदर मृदू देह त्याने सर्वांसाठी पसरला आहे. हरिणांसाठी, गाईगुरांसाठी, सर्पांसाठी, क्रूर जनावरांसाठी - मनुष्यांसाठी, सर्वांसाठी हा गालिचा पसरला आहे. या हरितवर्णाच्या गादीचा वारस ज्याची इच्छा असेल, तो आहे. कोणीही येवो, त्याला तेथे मज्जाव नाही.

बा तृणा! तुझी धन्य आहे. तुला कापतात, जाळतात, खातात; परंतु तू आपला देह विश्वदेहास अर्पण केला आहेस. कोणी तुला तुझ्या बाळपणीच कापून टाकतात. कोणी तुला वाढू देतात व वृद्धपणी कापतात. वृद्धपणी तुझी किंमत जास्तच वाढते. तुला बांधतात व आगगाडीत घालून वाटेल तिकडे नेतात. कधीकधी

रणांगणावर घोडेस्वारांस तुझी फारच जरूर पडते. कधीकधी तू वाढू लागतोस, हे सूर्यासही पाहवत नाही. ऑस्ट्रेलियासारख्या देशात तो सूर्य, तू वाढू लागल्यास, म्हणजे तुला जाळून टाकतो. तृणा! असे आहे, तरी तू जगास कंटाळत नाहीस. पुन:पुन्हा तू अनंत जन्म घेतोस व जगाचे कल्याण करतोस! तुका म्हणे गर्भवासी । सुखें घालावें आम्हासी ।। याप्रमाणे तूसुद्धा जगास सुखी करण्यासाठी पुन:पुन्हा अवतार घेतोस; रोज मरतोस व पुन्हा आनंदाने जन्मतोस, दुसऱ्याच्या उपयोगी पडावे, एवढेच तुला माहीत आहे. यातच तुझे सुख, आनंद, यश सर्व काही आहे. कोठेही जर ओलावा मिळाला की पुरे; लगेच पायांनी तुडवलेला, उन्हाने करपलेला असा तू हसू लागतोस, डुलू लागतोस. कोणी तुला उचलून फेकून देतील, तर तेथेही योग्य परिस्थितीची तू वाट पाहत बसतोस. तू जाशील तेथे स्वर्ग निर्माण करतोस, ओसाड जागेस नंदनवन बनवतोस. सर्व उन्हाळ्यात तू मेल्यासारखा दिसतोस. जगाला कंटाळून गेला आहेस; मनुष्याच्या, पशूंच्या लाथा खाऊन तू उद्विग्न झाला आहेस, असे वाटते. परंतु, बा तृणा! केवढा तुझा उदारपणा व केवढी तुझी थोरवी! तू जगाच्या जाचास कंटाळत नाहीस; जगाचे आघात प्रत्यही सोसण्यास तू सदा तयार. पुन्हा आकाश मेघमालेने भरून आले, मोत्यासारख्या पावसाच्या सरी सुरू झाल्या की, तू आपले वैभव पुन्हा मिरवतोस. तू संधी वाया दवडीत नाहीस. मोठा पाऊस न पडता चारच शिंतोडे आले, तेही न मिळता चार दवाचे बिंदूच मिळाले, तर तेवढ्यानेही मोत्यांचे हार घालून तू शोभतोस. दूरवरचाही ओलावा तू आपले चिमुकले हातपाय पसरून आपलासा करतोस. तू श्रीमंत होतोस; परंतु तुझी श्रीमंती देण्यासाठी आहे. तू भिकारीपणानेच खरा शोभतोस, मरणानेच खरा जगतोस. दुसऱ्यासाठी तू सदैव मरतोस, म्हणूनच तू अमर आहेस. तू त्रेतायुगात, सत्ययुगात, द्वापारात, कलीत सर्वदा आहेसच. या तुझ्या अमरत्वाचे साधन परोपकारितेत आहे.

बा तृणा! तू लहानसहान किड्या-मुंगीस किती जपतोस! त्यांना स्वत:चे अंग खावयास देऊन त्यांचा रंगही स्वत:च्या रंगासारखा करतोस. या हिरव्या रंगाच्या किड्यांस तुझ्या हिरव्या प्रदेशात लपता येते व ते शत्रूंपासून स्वसंरक्षण करू शकतात. दुसऱ्यापासून या अनाथ किड्यांचे संरक्षण व्हावे, म्हणून तू त्यांना आत्मरूप करतोस; परंतु तू ज्यांना प्रेमाने वाढवतोस, तू ज्यांना आत्मरूप देतोस, त्यांनी जर कृतघ्नपणे तुझा त्याग केला, तर ते कृतघ्न मरतात. टोळ, पतंग, नाकतोडे हे आपले तुझ्यापासून घेतलेले हिरवे पाचूसारखे सौंदर्य जगास ऐटीने दाखववावयास येतात! या दुसऱ्या वैभवानं उन्मत्त होऊन ते दिव्याच्या प्रकाशात नाचतात, मिरवतात, झेपावतात व मरतात.

बा तृणा! तू तपोधनांची तपोभूमी आहेस, मृगांची आरामशय्या आहेस; थकलेल्या भागलेल्या मानवाचे तू विश्रांतिस्थान आहेस. कंदूकक्रीडा वगैरे क्रीडा

करणाऱ्या थोरामोठ्यांची तू प्रिय वनस्थली आहेस. सर्व जगातील उपवने, उद्याने, पुष्पवने यांचा तू राजा आहेस. तू जर तेथे नसशील, तर सर्व शोभा विशोभित होईल. तुझ्याविरहित फुलांचे चित्रविचित्र ताटवे खुलून दिसणार नाहीत; कारंज्यांचे तुषार तू आजूबाजूस असल्याशिवाय शोभत नाहीत. तू साधा, पण अतीव सुंदर आहेस. साधेपणा व सरलपणा यांतच तुझी खरी रमणीयता आहे.

बा तृणा! तू लहान; परंतु तुझी महती अगम्य आहे, अगाध आहे. तुझे वर्णन मी कृपणमती किती करणार? तुझे वर्णन करावयास तुझ्याप्रमाणे साधे, सरळ व परोपकारार्थ देह देणारा, असे झाले पाहिजे.

वॉल्ट व्हिटमन एके ठिकाणी म्हणतो, ''बा तृणा! तू परमेश्वराच्या हातातून गळून पडलेला सुंदर हातरुमाल आहेस.'' किती सुंदर कल्पना? खोलीत पडलेल्या हातरुमालाच्या रंगावरून, मोलावरून त्याच्या मालकाची ओळख पटते. त्याप्रमाणेच या हिरव्यागार अफाट व दूरवर पसरलेल्या, अफाट तरी पुन्हा नीट होणाऱ्या रुमालावरून, तो रुमाल ज्याचा आहे, त्या अनंत परमेश्वराची कल्पना येते. असला सुंदर व अनंत रुमाल कोणत्या मँचेस्टरच्या गिरणीत तयार होईल बरे? मँचेस्टर, लिव्हरपूल, मुंबई, अहमदाबाद येथील श्रीमंत व उन्मत्त गिरणीवाल्यांस असा साधा; परंतु सुंदर, तजेलदार, नाजूक, विस्तृत रुमाल तयार करता येईल का? वीतभर लांब व टीचभर रुंद असा मानवाच्या खिशात राहणारा हा रुमाल नाही. या परमेश्वराच्या रुमालाने पृथ्वीस चोळी दिली आहे. दऱ्याखोऱ्यांस पांघरूण घातले आहे, पर्वतांस पोशाख दिला आहे. व्हिटमनची कल्पना किती थोर आहे! त्या कल्पनेत आणखीही एक महत्त्वाचा अर्थ भरून राहिला आहे. खोलीत पडलेल्या रुमालावरून त्या रुमालाच्या मालकाचा मी शोध करतो, त्या रुमालावर त्याचे नाव वगैरे आहे का, पाहतो व मालकाचा तपास लावतो; त्याचप्रमाणे हा भव्य व स्तव्य रुमाल, हा हिरवा रुमाल कोणा भाग्यवानाचा आहे? कोणा भाग्यवंताच्या हातून हा गळून पडला? हा अखंड रुमाल अखंडैश्वर्य अनंताचा- परमात्म्याचा आहे. या हिरव्या रुमालावर त्याचे नाव आहे का? या हिरव्या रुमालावर धन्याचे नाव दिसते का कोणास? होय. नाव आहे व ते दिसतेही; परंतु सर्वांच्या दृष्टीस ते दिसणार नाही. ज्याची दृष्टी दिव्यतर आहे, निर्मळ आहे, प्रेमळ आहे, पवित्र व प्रशांत आहे; ज्याची दृष्टी ताऱ्याप्रमाणे सतेज व गंगौघाप्रमाणे गंभीर आहे, त्याच दृष्टीला ते नाव दिसते. या रुमालावर भगवंताचे एकच नाव लिहिले नसून, सहस्रनाम लिहिलेले आहे; परंतु ही अदृश्य नावे दृश्य व्हावयास भक्तीचे, नम्रतेचे, वैराग्याचे, प्रेमळपणाचे अंजन डोळ्यांत घालावे लागते. ही नावे दिसू लागतील, असे चश्मे पाश्चिमात्यांस करता येत नाहीत.

बा तृणा! परमेश्वराच्या अपरंपार वैभवाचे यशोगान करणारा तू मुका कवी

आहेस. परमेश्वराच्या अस्तित्वाचे सिद्धान्तस्वरूपी समर्थन करणारा तू संयतवाक तत्त्वज्ञ आहेस. तू बोलत नाहीस; परंतु कधीकधी तू हसतोस व रडतोस. त्या स्मिताने व त्या अश्रूने तुझ्या मनातील भाव चटसारे कळतात. तू बोलत नाहीस, पण तुझ्या अबोलण्यानेच हजारो गोष्टी समजून येतात. तुझे मुकेपण म्हणजे सागराचे वक्तृत्व आहे, मेघाचे गंभीर गर्जन आहे. तुझ्या मुकेपणात मोठी शक्ती आहे. बोलून कोणीही दाखवील, परंतु बोलण्यासारखे जवळ असून मौन धरणे थोर होय. कार्लाईल म्हणत असे : 'Speech is great; but silence is greater.' बोलून दाखविण्यापेक्षा, प्रकटीकृत वाग्वैभवापेक्षा गुप्त व अदृश्य वाग्वैभव कधी कधी श्रेष्ठ असते. जे अदृश्य आहे, अप्रकट आहे, ते अनंत आहे, अप्रमेय आहे. त्याचे मोजमाप कोण करणार? जे बोलले जाते, त्याचे मोजमाप केले जाते परंतु हृदयातील सुप्त व गुप्त वाणीचे वैभव, हृदयातील या न छेडलेल्या वीणेच्या तारांचे माधुर्य, त्याचे मोजमाप कोण करणार?

बा तृणा! तू मुका आहेस, परंतु तुझे हृदय व्हिटमनसारख्यास, रामतीर्थांसारख्यास समजून येते. आम्हास कसे कळणार? तुका म्हणे येथें पाहिजे जातीचें । तू फार थोर आहेस, एवढेच समजून मी तुला विनम्रभावे वंदन करतो.

★

साने गुरुजी

हरवली, म्हणून सापडली

परिचय

प्रो. फडके हे अष्टपैलू व लोकप्रिय लेखक आहेत. गेली तीस-पस्तीस वर्षे ते अव्याहत साहित्यसेवा करीत आले आहेत. ललित वाङ्‌मयाचे बहुतेक सर्व प्रकार त्यांनी हाताळले असले आणि कित्येकांत आपल्या लेखणीचे चातुर्य विशेष प्रमाणात त्यांनी प्रकट केले असले, तरी कादंबरी व लघुनिबंध या दोन क्षेत्रांतली त्यांची कामगिरी मराठी वाङ्‌मयाच्या प्रगतीच्या दृष्टीने अधिक मोलाची ठरली आहे. हरिभाऊ आपट्यांच्या नंतर वामनराव जोश्यांनी कादंबरीत महत्त्वाची भर घातली. त्यांनी तिला गंभीर, अंतर्मुख व विचारप्रधान बनविली, पण वामनरावांचे कादंबरीच्या बाह्य सौंदर्याकडे जवळजवळ मुळीच लक्ष नव्हते. तिला कलात्मक स्वरूप देण्याचे हे कार्य प्रो. फडके यांनी मोठ्या कसोशीने केले. 'जादूगार', 'दौलत', 'प्रवासी' व 'उद्धार' या त्यांच्या कादंबऱ्यांची हरिभाऊ आणि वामनराव यांच्या प्रमुख कादंबऱ्यांशी तुलना केली, म्हणजे फडक्यांच्या कलात्मक गुणांची चांगली कल्पना येते. त्यांनी कादंबरी सुटसुटीत केली. तिच्या कथानकांना रेखीवपणा आणला. पार्श्वभूमी, सृष्टिवर्णनें, उत्कंठा-विस्मय वगैरे नाट्यगुण, इत्यादिकांची तिला पद्धतशीर जोड करून दिली. त्यांच्या मधुर व प्रसादपूर्ण भाषाशैलीने त्यांच्या या गुणांचा गोडवा अधिकच वाढविला.

लघुनिबंधांच्या बाबतीतही त्यांची कामगिरी अशीच महत्त्वाची आहे. किंबहुना मराठीतल्या लघुनिबंधाचे ते जनकच आहेत, असे म्हटले तरी चालेल. त्यांच्या गुजगोष्टी 'रत्नाकर' मासिकात प्रसिद्ध होऊ लागण्यापूर्वी मराठीत लघुनिबंधवजा लिखाण क्वचित लिहिले जाई. नाही असे नाही. हरिभाऊ आपटे, शिवरामपंत परांजपे, श्रीपाद कृष्ण कोल्हटकर, अच्युतराव कोल्हटकर, वासुदेवराव पटवर्धन वगैरे अनेक लेखकांत लघुनिबंधकाराला आवश्यक असणारे काही गुण होते. त्यांच्या लिखाणात क्वचित त्याचा

अस्पष्ट आविष्कारही झाला आहे, पण त्यांच्यापैकी कुणीही इंग्रजीत पुष्ट झालेल्या या नव्या वाङ्मय-प्रकाराची दखल घेतली नव्हती किंवा हेतुपूर्वक अशाप्रकारचे लेखन केले नव्हते. ते काम प्रो. फडके यांनीच केले.

फडक्यांचे 'गुजगोष्टी', 'नव्या गुजगोष्टी' आणि 'धूम्रवलये' असे तीन लघुनिबंध संग्रह प्रसिद्ध आहेत. त्यापैकी पहिल्यातून 'हरवली, म्हणून सापडली' हा निबंध इथे घेतला आहे. कादंबरी-लेखनात आढळून येणारे प्रो. फडक्यांचे सर्व गुण लघुनिबंध-लेखनातही प्रकट झालेले आहेत. मोहक भाषाशैली, कलात्मक आटोपशीरणा, विषयांचे वैचित्र्य, भावना व तत्त्वचिंतन यांचे नाजूक हाताने केलेले मिश्रण, इत्यादी गुणांमुळे त्यांचे लघुनिबंध वठले आहेत. लघुनिबंधाचे तंत्र काय असते, या प्रश्नाला, कलावस्तूचे तंत्र तिच्या अंगाखांद्यावर असते, तिच्याकडे नीट न्याहाळून पाहणाराला ते सहज दिसते, असे फडक्यांनी उत्तर दिले आहे. त्यांच्या लघुनिबंधाच्या बाबतीत ते अक्षरशः खरे आहे. आरंभ, मध्य व शेवट यांचा नीटनेटकेपणा, पायरीपायरीने व प्रमाणबद्धतेने केलेली निबंधाची मांडणी, लहानलहान आत्मनिवेदनात्मक आठवणी, मधुर भावनातुषारांचा मधूनमधून केलेला शिडकाव आणि जाता जाता केलेले तत्त्वचिंतन या सर्वांचे आपल्या निबंधात संमिश्रण करण्यात ते जी योजकता दर्शवितात, ती मराठी लघुनिबंधात अपूर्व वाटावी, अशीच आहे.

❧

अशावेळी अगदी मनस्वी संताप येतो, नाही का? आणि वाटायला लागते की, जगात मुद्दामच अशा काही द्वाड शक्ती लपून बसल्या आहेत की, ज्यांनी माणसाची उगीचच्या उगीच खोडी काढावी आणि आपल्या गुप्त जागेवरून त्याची मौज पाहून कुत्सितपणे हसावे! प्रेमातल्या माणसाला पानभर पत्र लिहावे आणि एकदम हातातला टाक हिंदकळून त्यावर भलामोठा शाईचा डाग पडावा किंवा कॉलेजमध्ये मिरविण्यासाठी व मैत्रिणींची स्तुतिगर्भ चेष्टा मुद्दाम अंगावर घ्यावयासाठी नव्या तऱ्हेची, ऐन फॅन्सी चप्पल घालून जावे आणि वाटेत तिची पट्टी तुटावी, अशा दिसायला क्षुल्लक, पण भारी तापदायक निराशा माणसाच्या वाट्याला एरवी आल्या नसत्या! तुम्ही काही म्हणा, माझी तर या खोडकर द्वाड शक्तींच्या अस्तित्वाबद्दल अगदी पुरी खात्री आहे. नाहीतर त्या दिवशी माझ्या टेबलाच्या खणाची किल्ली हरवावी, याला काही कारण?-

माझ्या अंगी इतर सद्गुण असोत नसोत, व्यवस्थितपणा तरी माझ्या स्वभावात खास आहे. हा गुण मला कोणी शिकविला आहे, असेही नाही. किंबहुना गुण किंवा

अवगुण माणसाच्या ठिकाणी शिकवणुकीने कितपत उत्पन्न होतात, याविषयी मला शंकाच आहे. बालसंगोपन, बालशिक्षण वगैरे विषयांवर ठरीव साच्यात लेख लिहिणारी मंडळी या ठिकाणी माझ्याशी कदाचित भांडायला उठतील व मोठमोठे फिरंगी ग्रंथ हाती घेऊन ते मला भेवडावतील, पण माझ्याही जवळ मानसशास्त्र व सारासार विचार नावाचे भक्कम काष्ठदंड आहेत! पण ते असो. मला सांगावयाचे होते एवढेच की, टापटीप व व्यवस्थितपणा माझ्या अंगी भरपूर आहे व त्यामुळे माझी किल्ली हरवली. मी कोठेतरी निष्काळजीपणाने ती टाकली, म्हणून हरवली, असे म्हणता यायचे नाही. ती मी नेहमीच खुणेने ठेवीत असे व ती मला अंधारातसुद्धा नेमकी घेता येत असे; परंतु आज ती खुणेच्या जागी दिसेना, आजूबाजूसही सापडेना, घरातल्या किल्ल्यांच्या जुडग्यातही मिळेना, साऱ्या कोटांचे व ओव्हरकोटाचे खिसेसुद्धा तपासले, तरी गवसेना!

मला तर ती अतिशय निकडीची हवी होती. इंग्लंडला गेलेल्या एका मैत्रिणीला मला पत्र धाडायचे होते. अगदी अभ्यंतरातल्या मित्रांना किंवा मैत्रिणींना पत्र पाठवायचे, म्हणजे तो आपल्या भाग्याला आलेला एक रम्य विलास होय, असे मी समजतो. प्रत्येक मित्रासाठी किंवा मैत्रिणीसाठी मी स्वतंत्र रंगाचे, आकाराचे आणि सुवासाचे नोटपेपर योजिलेले असतात व त्यावरच पत्र लिहिण्याचा मी अगदी कटाक्ष ठेवतो. हे नोटपेपर ज्या खणात होते, त्याचीच किल्ली हरवून बसली. आज शुक्रवार. विलायतेत टपाल धाडायचा अखेरचा दिवस होता. आजची डाक टळली की, आठ दिवस थांबणे प्राप्त होते. आधीच माझ्याकडून त्या मैत्रिणीला पत्र धाडण्यात जरा चालढकल झाली होती. त्यात आणखी एका आठवड्याची भर पडली की, तिचा माझ्यावर किती रोष होणार, ते मला स्पष्ट दिसत होते. काही स्त्रिया अत्यंत प्रेमळ असतात, पण त्यांच्या त्या प्रेमातही विलक्षण तामसीपणा असतो व त्यांची प्रीती सांभाळताना भारी दक्षता ठेवावी लागते. काठोकाठ भरलेले भांडे डोक्यावर घेऊन तारेवर चालणे जितके कठीण, तितकेच त्यांच्या प्रीतीत राहणे कठीण. बोलण्याचालण्यांत आपला थोडासा तोल गेला की, मस्तकावर धारण केलेली यांची प्रीती सांडायला उशीर नाही लागायचा.

सारांश, आज पत्र लिहिणे तर अगदी अगत्याचे होते. ठरीव नोटपेपराखेरीज पत्र लिहावयास मी तयार नव्हतो आणि ज्या खणात नोटपेपर होते, त्याची किल्ली तर काही केल्या सापडेना! ती आपल्या ठरीव जागी नव्हती आणि मी ती दुसऱ्या कोठे ठेवल्याचेही मला काही केल्या आठवेना. एखादी गोष्ट आठवेनाशी झाली की, तिच्या आठवणीच्या खनपटीस बसायच्या ऐवजी जरा वेळ तिचा विचार अजिबात मनावेगळा करावा, म्हणजे आपोआप ती एकदम आठवते, असे कोठेसे वाचले होते, म्हणून तसा प्रयोग करून पाहिला; परंतु किल्लीचा विचार थांबवावयाच्या

माझ्या प्रयत्नाने तो विचार उलट अधिकच डिवचला जाऊ लागला. शास्त्रीय सिद्धान्त पुस्तकातच शोभतात, व्यवहारात वापरू नये म्हणतात, ते काही खोटे नाही.

आता काय करावे? कुलूप फोडावे काय? या अत्याचारी मोहाला मी बळी पडलो असतो, पण तितक्यात मला आठवले की, जी किल्ली सापडत नव्हती, तिची एक जोडकिल्ली, टेबल घेतले त्यावेळी मला मिळाली होती. माझ्या मधल्या माडीत भिंतीच्या अंगचे एक लहानसे बंदिस्त फडताळ होते. त्यात मी ती जोडकिल्ली टाकली असावी, असेही मला खात्रीने वाटले. कारण त्या फडताळाचा मी एखाद्या कोठीसारखा उपयोग करीत असे. माझ्या लिहावयाच्या टेबलातल्या खणात ठेवण्यासारखे जे जे नसे, ते ते मी या फडताळात टाकून देई. केव्हातरी काही निमित्ताने लागणारे जे जे मला वाटे, ते ते चटकन त्या फडताळात ठेवायची माझ्या विद्यार्थिदशेपासून मला सवय झाली होती. माझ्या वाचण्याच्या, ऐकण्याच्या किंवा विचाराच्या ओघात काही चांगले सापडले की, एका टाचणबुकात त्याची नोंद करावयाची, जशी मला सवय झाली होती, तशीच ही सवय होती. काही चांगले वाचले, ऐकले किंवा सुचले की, ते त्या बुकात लिहिल्याशिवाय मला चैन पडत नसे. आपण कधी हे बुक उघडून पाहतही नाही, मग हे टाचण करण्यात शोभा ती काय, असे प्रत्येकवेळी माझ्या मनात येई, पण ते क्षणभरच आणि काय लिहावयाचे, ते मी लिहून टाकीत असे, तद्वतच त्या फडताळात काही ठेवायला लागलो की, मला वाटे, काय येथे ठेवून उपयोग? आपण कधी यातली वस्तू मुद्दाम शोधून काढून वापरणार आहोत थोडीच! पण एकीकडे असे येई, तर दुसरीकडे जिवाला राहवत नसे व काय ठेवायचे, ते फडताळ उघडून त्यात टाकून दिले, म्हणजेच मला बरे वाटे!

म्हणून मी उठलो आणि ते फडताळ उघडून पाहू लागलो, पण बोलून चालून मन मानेल तशा टाकलेल्या वस्तूंची जागा ती! तेथे मला ताबडतोब हवी ती किल्ली थोडीच दृष्टीस पडणार? ती झटकन दिसावी, म्हणून अस्ताव्यस्त पडलेल्या त्या साऱ्या वस्तू मी अधीरतेने इकडल्या तिकडे व तिकडल्या इकडे करू लागलो. किती नाना प्रकारच्या वस्तू होत्या त्या! जुन्या चांदीच्या दौती, जुने कंगवे, उन्हात घालायचे चश्मे, शर्टची बटणे, फाउन्टन पेनच्या पोकळ नळ्या, कॅलेंडरवरची भडक रंगांतली चित्रे, लग्नमुंजीच्या निमंत्रणांची सोनेरी शाईत छापलेली जाड कार्डे, कंपासपेटीतील चार-दोन सुटी उपकरणे- अशा असंख्य वस्तूंचा गोंधळ त्या जागी झाला होता व प्रथम जरी निर्विकार मनाने त्या उपसल्या व चाळविल्या, तरी हळूहळू त्यातल्या प्रत्येक वस्तूशी निगडित झालेली आयुष्यातल्या त्या त्या प्रसंगाची आठवण मनात उभी राहून, माझ्या अंतःकरणातही अनेक भावनांचा गोंधळ दाटल्यासारखे

मला वाटले!

त्या पसाऱ्यात दोन अलगुजे पडली होती. आज जवळजवळ पंधरा वर्षांत मी त्यास शिवलो नव्हतो. या वयात मी अलगूज वाजवीत बसलो, तर लोक हसतील. मी लोकांच्या हसण्याला किंवा टीकेला भीक घालणार नाही, पण माझी संगीताची आवड व समजूतही आता अशी राहिली नाही की, अलगूज वाजविण्यात माझे मन रमावे. ती अलगुजे मी घेतली, तेव्हा ती मला किती प्यार होती! संगीतसुंदरीची व माझी पहिली जानपछान त्यांनीच करून दिली. माझी वृत्ती त्यावेळीही अतिशय संगीतलुब्ध होती, पण वडिलांचा धाक व विद्यार्थ्याची मर्यादा सांभाळून मला जास्तीत जास्त धीटपणा करता येण्यासारखा होता. तो एवढाच की, दोन रुपयांत मिळणारी विलायती अलगुजे आणून ती वाजवावी आणि त्या टीचभर बासऱ्यांनी त्या काळी माझ्या जीवनात कितीदा तरी उन्मत्त आनंद ओतला होता. माझ्या बरोबरच्या वसतिगृहातल्या विद्यार्थ्यांच्या मते मी बासरी चांगली वाजवीत असे आणि - हाय रे, नवयौवनातला तो गमतीचा आत्मविश्वास! - मलाही वाटे, मला चांगले वाजविता येते. म्हणून कधी खेळ आटपल्यावर तिन्हीसांजा, तर कधी जेवण झाल्यावर रात्रीच्या प्रहरी चांदण्यात आम्ही टेकडीवर जात असू व मी तेथे बासरीवर जे जे येत होते, ते ते वाजवीत असे. एकदा आम्ही नोव्हेंबरमध्ये परीक्षेसाठी मुंबईस गेलो. परत येताना मुंबईहून पहाटे चारला निघणारी एक गाडी त्यावेळी असे, त्या गाडीने निघालो. तेव्हा गाडी सुटल्यापासून मित्रांच्या आग्रहावरून बासरी वाजवावयास मी सुरुवात केली व मधून गप्पा व मधून माझे एक गीत असा क्रम कितीतरी वेळ चालू होता. गाडी सारे बोगदे ओलांडून ऐन घाटमाथ्यावर चढली, तेव्हा एकीकडे मोठ्या उन्मादाने मी बासरीतून गीताच्या स्वरमाला काढीत होतो व एकीकडे साऱ्या दऱ्याखोऱ्या आणि पर्वतावरची नेहमी दिसणारी वृक्षराजी लुप्त करून, दशदिशा व्याप्त करणाऱ्या धुक्याच्या अफाट, तरंगत्या समुद्राची अरुणोदयाच्या प्रकाशाने उजळलेली शोभा मी नेत्रांनी लुटीत होतो. त्या घटकेला मुग्ध आनंदाचे शहारे माझ्या अंगभर उठले, त्यांचे शब्दांनी वर्णन करू पाहणे व्यर्थ होय! - आणि गतकालातल्या अशा कितीतरी आनंदाच्या घटका ती अलगुजे पाहून मला आज या वेळी आठवल्या. ती मी हाती घेतली, काही वेळ त्याकडे पाहत तशीच धरली व मग बाजूस ठेवली.

तेथे चार-पाच चांदीची व सोन्याची पदकेही पडली होती. त्यातली दोन मला कॉलेजात असताना वक्तृत्वनैपुण्याबद्दल मिळाली होती. त्यावेळी काय बोललो असेन, ते आज आठवणे शक्य नव्हते, हेच बरे. कारण ते आठवते, तर माझे मलाच हसू आले असते. खचित मी एखाद्या उद्धटासारखी काहीतरी वाचाळ पंचविशी केली असेल आणि त्या पारितोषिकांवरून माझ्या नैपुण्यापेक्षा देणाऱ्याच्या

अंत:करणातल्या कौतुकाचाच बोध लोकांना झाला असेल; परंतु ती पदके मला जेव्हा मिळाली, तेव्हा त्यांनी माझ्या हृदयातल्या केवढ्या जबरदस्त महत्त्वाकांक्षेचे समाधान केले होते व मला केवढा हर्ष प्राप्त करून दिला होता! आज ती सुवर्णपदके जुनी होऊन विटली होती! पण जेव्हा ती मिळावी, म्हणून मी झटलो. तेव्हा माझ्या वांच्छेमुळे अधिकच वाढलेली याची कांती किती अलौकिक होती! त्यांच्या प्राप्तीसाठी केलेल्या श्रमांत ईर्षा, तळमळ, विश्वास, भीती, आशा, शंका यांच्या मिश्रणाचे केवढे सुख मी अनुभवले होते! भाषण मनाशी जुळवून अगर कागदांवर टिपून ते शेवटी सफाईने यावे, म्हणून त्यातली संकेत-स्थळे मी मनात किती जपून साठविली होती. कधीकधी भरसभेत उभे राहिल्याची कल्पना करून, जुळविलेले भाषण एकान्तात करीत त्याचा सभेवर होणारा परिणाम माझा मीच अजमावला होता. त्यावेळी वक्ता व श्रोता या दोन्ही भूमिका मी एकदम केल्या होत्या आणि वक्त्याचा अभिनिवेश आणि श्रोत्यांची तन्मयता ही एकाच वेळी अनुभवताना माझे चित्त थरारले होते. सभेत करावयाच्या भाषणाची मनाशी सतत जुळवणी व उजळणी करीत असूनही कसलीच तयारी न करता बोलण्याची संपादणी मी कितीदा तरी केली होती व त्या त्यावेळी, साऱ्या जगापासून काहीतरी गुपित लपविण्याचा जो एक सूक्ष्म आनंद असतो, त्याचा मनसोक्त प्रत्यय मी घेतला होता आणि कधीकधी प्रात:काळच्या अगदी पहिल्या किंवा संध्याकाळच्या अगदी सरल्या घटकेची शांतता व एकान्त साधून उंचवट्याच्या उघड्या जागी जाऊन, सुरांची उंची आणि वाणीची स्पष्टता साध्य करण्यासाठी खड्या आवाजात मी ओरडलो होतो. मोकाट माळावरच्या त्या बिनप्रेक्षकांच्या भाषणातला आल्हाद और असे. डोंगरावरच्या शिला, वृक्ष व पक्षी आणि रानवारा किती तन्मयतेने माझे भाषण ऐकत! आणि कोणाची भीडमुरवत न ठेवता आपल्याच रंगात खळाळत वाहणाऱ्या जलौघाच्या वृत्तीने त्या ठिकाणी उंच स्वरात बोलता-बोलता आपणही या सृष्टीचे एकरूप अंशच आहोत, असा विलक्षण सुखाचा भास मला कित्येक वेळा होई! डोंगरावर जाऊन त्या सुखाचा अनुभव मला आता कोठला घेता येणार? - ती चांदीसोन्याची पदके पाहून निदान त्या सुखाची गोड आठवण तरी मला ताजी करून घेता येण्यासारखी होती व तसे मनसोक्त केल्यावरच मी ती हातची खाली ठेवली.

फडताळातल्या त्या पसाऱ्यात एक कुत्र्याच्या गळ्यात घालायचा धातूचा पट्टाही होता. माझी 'जाई' नावाची एक लाडकी कुत्री होती, तिचा तो होता. मी बारा-तेरा वर्षांचा होतो, तेव्हा एका वैदूजवळ एका भाकरीवर विकत घेऊन मी ती बाळगिली होती. माझ्या आईबापांना किंवा घरातल्या कोणाही वडील माणसांना ती

आवडत नसे, पण माझ्या मते ती फार गोजिरवाणी आणि हुशार होती. घरातली माणसे तिला घाण समजत, पण मला ती अस्वच्छ कधीच वाटली नाही. मी तिला अंगाखांद्यावर घेत असे. तिचे पटापट मुके घेत असे आणि तिला पांघरुणात घेतल्याशिवाय दूर निजणे माझ्या जिवावर येई. मी शाळेतून परत येताच शेपटी हलवून माझ्या अंगावर उड्या घेऊन ती आपला जीव कासावीस करी. एका गणिताच्या मास्तरांनी मला छडी मारली होती व छडीचा तो मला पहिलाच अनुभव असल्याने घरी आलो, तो हातावर अजून ते दु:ख आहेसे मला वाटत होते व मन तर त्या अपमानाने जळत होते. घरी येताच जाईने आपल्या भाबड्या जिभेने जेव्हा माझा तळहात अधाशासारखा चाटला, तेव्हा माझे सारे मानसिक व शारीरिक शल्य पार नाहीसे झाले. जाईला दिल्याशिवाय मी कधी काही खाल्ले नाही की, प्यायलो नाही व याबद्दल वडीलधाऱ्यांनी रागाची कितीही बोलणी केली, तरी ती मला अवघड वाटली नाहीत. पण जाई फार दिवस मला लाभली नाही. पहिल्याच खेपेस असताना तिला काय झाले, कोणास ठाऊक, तिचे प्राणोत्क्रमण झाले. शेवटच्या क्षणी तिने पाण्याने भरलेल्या डोळ्यांनी माझ्याकडे जी केविलवाणी दृष्टी टाकली, ती मी जन्मोजन्मी विसरणार नाही. तिचे शव नेले, तेव्हा मी रडून आकांत केला व तिची एक आठवण म्हणून तिच्या गळ्यातला पट्टा काढून ठेवला. आज तो पट्टा हाती घेताच या साऱ्या आठवणी माझ्या मनात उचंबळून आल्या आणि नवल असे की, त्या इमानी, मुक्या जनावराच्या अखेरच्या शोकपूर्ण कटाक्षाची आठवणही मला सुखाचीच झाली. गतदु:खाच्या आठवणींपासून सुखाचाच अनुभव मिळतो, हे काही खोटे नव्हे.

त्या फडताळातल्या किती वस्तूंनी माझ्या आयुष्यातले सुखदु:खाचे किती प्रसंग माझ्या दृष्टीपुढे उभे केले, ते किती सांगावे? जणू माझ्या चरित्राचे एक पुस्तकच माझ्या हाती आले होते व त्यातील प्रकरणामागून प्रकरणे मी वाचीत राहिलो होतो. ती प्रकरणे वाचताना मला जो विलक्षण आनंद झाला, त्याला दुसरी कसली उपमाच देता येणार नाही. माझी टेबलाच्या खणाची किल्ली हरवली खरी, पण या केवढ्या सौख्यागाराची किल्ली मला सापडली! किंबहुना, ती हरवली, म्हणूनच ही सापडली!

☆

प्रा. ना. सी. फडके

मध्यान्ह

परिचय

कुसुमावती देशपांडे या मराठी वाङ्मयातल्या एक अव्वल दर्जाच्या लेखिका आहेत. त्यांचे लेखन आकाराने लहान असले, तरी वैशिष्ट्यपूर्ण व अनेक गुणांनी मंडित असे आहे. 'दीपकळी', 'दीपदान' व 'मोळी' या तीन संग्रहांत त्यांच्या कथा, लघुनिबंध, शब्दचित्रे व निबंध समाविष्ट करण्यात आले आहेत. त्या मोठ्या रसिक व चिकित्सक टीकाकार आहेत. त्यांच्या स्फुट टीकालेखांचा संग्रह अद्यापि प्रसिद्ध झालेला नाही. तथापि, गतवर्षी त्यांनी मुंबईला दिलेल्या 'मराठी कादंबरीवरील' व्याख्यानांचे पुस्तक लवकरच प्रकाशित होणार असून, 'केशवसुतांवरही' त्या विस्तृत चिकित्सापूर्ण प्रबंध लिहीत आहेत.

लघुकथांच्या मानाने त्यांनी लघुनिबंध थोडेच लिहिले आहेत! 'दीपदान' मधील 'मध्यान्ह' व 'मध्यरात्र' आणि 'मोळी'मधील 'चंद्रास्त' अशा हाताच्या बोटांवर मोजता येण्याजोग्या लेखांचाच याबाबतीत उल्लेख करता येईल. त्यांच्या लघुकथा नवीन पद्धतीच्या, जीवनातल्या घटनांपेक्षा व्यक्तिमनातल्या भावना सांगणाऱ्या, त्या भावनाचित्रणातही सूक्ष्मता व मार्मिकता यांवर अधिक भर देणाऱ्या आहेत. त्यामुळे कधीकधी त्यांच्या कथा लघुनिबंधाच्या अगदी जवळ येत आहेत, असा भास होतो. लघुकथा व लघुनिबंध या दोन्ही क्षेत्रांत अगदी थोडे लिहूनही त्यांनी जे मानाचे स्थान संपादन केले आहे, त्याचे कारण वर उल्लेखिलेले त्यांचे विशिष्ट वाङ्मयीन गुण होत. त्यांनी कविता लिहिली नसली, तरी त्यांची वृत्ती जातिवंत कवीची आहे. 'मध्यान्ह' या लघुनिबंधात त्या वृत्तीचा वाचकाला स्पष्ट प्रत्यय येतो. संपन्न कविमनाला शोभेल, असाच कल्पनेचा व भावनेचा विलास त्यांच्या लघुनिबंधात आढळतो. त्यामुळेच ते हृद्य होतात.

आमची मे महिन्याची दुपार म्हणजे वाळ्याच्या ताट्यांनी मढविलेल्या व पंख्यांनी विभूषित केलेल्या खोलीतच बहुधा जायची. अशा खोलीतल्या त्या मंद

उजेडात काहीशा अस्वाभाविक; परंतु अत्यंत आल्हादकारक थंडाव्यात आणि वाळ्याच्या सुगंधात निदान आम्हा वऱ्हाड्यांना तरी उन्हाळ्याचे सारसर्वस्व साठविल्यासारखे वाटते. अर्धवट झोपेत एखाद्या कादंबरीची पाने चाळावी, मधेच या कुशीचे त्या कुशीवर वळून एकदा 'हुश्श' करावे व पूर्णपणे निद्रेच्या स्वाधीन व्हावे, हाच आमचा कार्यक्रम. माझेही हे दिवस बहुतेक असेच जातात.

पण एके दिवशी ऐन उन्हाच्या वेळी बाहेर कोणीतरी आले, म्हणून मला व्हरांड्यावर पडावे लागले आणि त्यावेळेस मला कळून चुकले की, निसर्गाला खरोखरीच आपले सौंदर्य, आपली दु:खे, आपले आनंदाचे क्षण, जे जे म्हणून आपल्या जीवनात खरोखर महत्त्वाचे असेल, ते ते -मानवी दृष्टीपासून दडवूनच ठेवावेसे वाटते. एरवी ज्यावेळी सृष्टीच्या दैनंदिन नाटकाला आत्यंतिक रंग चढतो, तेव्हा तिच्या सान्निध्यात राहावयाला मानव असमर्थ का ठरता? तिच्या जीवनातला रस आपल्या अंत:करणात साठविण्याची संधी साधून घेणे त्याच्या आवाक्याबाहेर का जाते?

मी बाहेर पडले, तेव्हाचे दृश्य अगदी असेच होते. दृष्टीच्या सीमेपर्यंत काळी शुष्क जमीन पसरली होती. शब्दांच्या पलीकडे जिचे दारिद्र्य गेले आहे, अशा एखाद्या स्त्रीच्या अंगावरील फाटक्या चिंध्यांप्रमाणे वाळून कोळ झालेल्या गवताचे अवशेष भाजणाऱ्या वाऱ्याने उगीचच भुरभुरत होते. दूरवर नजर फेकली, तर मधूनच मृगजलाचे तरंग दिसत. मधूनच ती काळीभोर जमीनच तरळल्यासारखी - खोलवर हलल्यासारखी वाटे.

मी कितीतरी वेळ तिथे उभी राहिले - अगदी दूरवर पाहत उभी राहिले. दृष्टीच्या टप्प्यातला कोनाकोपरा मी निरखून पाहिला. सगळीकडे स्तब्धता - अनिमिष स्तब्धता पसरली होती. झोप लागली होती का सृष्टीला? छे! तिच्या जिवाची लाही होत होती. तिचा ऊर दाटून आला होता. तिच्या तोंडून शब्द फुटत नव्हता. क्षितिजाच्या कडेवर थोडीशी शिंदीची, काही आंब्याची झाडे अंधूकपणे दिसत होती, पण त्यांची छाया कितीशी पुरी पडणार! त्यांची त्यांनाच याची जाणीव असल्यामुळे ती जणू विमूढपणे निश्चल उभी होती. एक कोरडा ठणठणीत रुंद रस्ता मात्र उन्हात तळपत होता - त्या काळ्यामाईवरचे आपले स्वामित्व प्रस्थापित, विजयोन्मादाने तिच्या हृदयावर नाचत होता.

वर अथांग निळे आकाश पसरले होते. अस्फुट बोलांप्रमाणे एखाददुसरी घार तिथे त्याच त्या घिरट्या घेत होती. त्या बोलांसाठी धरित्रीची धडपड होती का? त्या अथांग आसऱ्याकडे ती डोळे लावून पाहत होती. त्या निळ्या ओलाव्यासाठी तिचा जीव पिपासला होता...

मला माझ्या एका मैत्रिणीची आठवण झाली. तिच्या जीवनातल्या एका अत्युत्कट प्रसंगी मी तिच्याजवळ होते. अशीच ती हतबुद्ध झाली होती. तिचे विशाल, धैर्यशाली अंत:करण दु:खाने भारावून गेले होते. तिच्याजवळ गेले की, माझे समाधानाचे शब्द आतल्या आत विरून जावे - माझे पाऊल मंद व्हावे. अशा

आत्यंतिक दु:खापुढे - त्याच्याशी झगडणाऱ्या धैर्यशाली जीवापुढे - मस्तक आपोआपच नम्र होते. त्या क्षणी सृष्टिसखीही अशीच आपल्या आंतरिक दु:खाशी झगडत होती.

पण मला आणखीही आठवणी झाल्या. पावसाळ्यातील दुपार! आषाढातली रात्र आपल्या काळोख्या तीव्रतेने कविलोकांच्या ध्यानात भरली पण आषाढी दुपार? विश्वाच्या विविधतेत रममाण होणाऱ्या कवीचीही नजर वळवून घ्यायला सृष्टीला चित्रविचित्र पोशाख केला पाहिजे, नाहीतर कुठले तरी आत्यंतिक रूप घेतले पाहिजे ना? निसर्गाच्या अनाघ्रात सौंदर्यात न्हाऊन निघालेल्या वेदकालीन ऋषींनी उषेच्या सुषमेवर कितीतरी स्तोत्रे रचली. तिच्यामधील दैवी अंशाची प्रतीती होऊन, त्यांनी तिच्याजवळ तेजोमय जीवनाचा आशीर्वाद मागितला, पण मध्यान्हीची एकतानता त्यांनाही जाणवली नाही. ग्रीक लोकांना निसर्गाच्या एकूण एक अवस्थेत दैवी चैतन्य दिसले व त्यांनी त्या प्रत्येक अवस्थेला मूर्तिमय स्वरूप दिले, पण त्यांच्याही सौंदर्यप्रेमी दृष्टीला माध्यान्हीच्या साध्या-भोळ्या वृत्तीत देवताकरणाइतकी आकर्षकता दिसली नाही. सारखेपणाच्या शांतीतच ज्यांचे सौंदर्य साठवले आहे, अशा गोष्टींकडे त्यांचेही क्वचितच लक्ष जावे?

खरोखर, पावसाळी दुपार म्हणजे प्रेमळपणाची मूर्ती आहे. कॉलेजातील अनियंत्रित दिवसांत कित्येकवेळा मी दुपारचा सर्वच वेळ खुल्या आकाशाखाली घालविला आहे. त्यावेळी सर्वजण मोठमोठ्या इमारतींत आपापल्या कामांत दंग झालेले असल्यामुळे सारे रस्ते खुले होतात. मानवी श्वासाचा संपर्कही नसलेला पावसाळी वारा अनिर्बंधपणे बागडू लागतो. नुकतेच वर मान करणारे कोवळे गवत आपले पंख फडफडवू लागते. त्या सौम्य उन्हाने जणू धीट होऊन इकडेतिकडे पाहू लागते, हसू लागते, येऊन गेलेल्या सरीच्या थेंबांनी झाडे-पाने चमकू लागतात.

अशावेळी माझ्या एका मैत्रिणीला व मला आत बसून जीव जसा कोंडल्यासारखा वाटू लागे. कशाचीही फिकीर न करता छत्रीचा कधीच विचार न करता, आम्ही आमच्या हक्काच्या शेता-टेकड्यांकडे वळावे.

एरवी फिरायला गेले की, आम्हाला कोण संभावित बनावे लागे! रस्त्याने गुणगुणायची सोय नाही, मोठमोठ्याने हसण्या-खिदळण्याची सोय नाही! कुठे थांबावेसे वाटले, तर नीटच बसणे भाग. पण दुपार? दुपार म्हणजे पूर्ण स्वातंत्र्याची वेळ. ते स्वातंत्र्य लाभले, म्हणूनच की काय, आम्ही कितीतरी वेळ अक्षरही बोलू नये. प्रत्येकीचे मन त्या अपरंपार शांतीतच विलीन होऊन जावे. त्या विश्वस्त, प्रीतिमय, हळुवारपणे फुललेल्या वातावरणाने जीव भारला जावा. टेकडीवर पोहोचताच कुठेतरी लहर लागेल, तिथे आम्ही अंग पसरून द्यावे. पूर्ण सुखमय आयुष्यातदेखील इतक्या समाधानाचे क्षण क्वचितच येत असतील.

तिथे अद्‌भुतरम्य असे काहीच नव्हते. भरास आलेली, कोकिळेच्या गाण्याने

निनादलेली आंब्याची झाडे नव्हती; संध्येचे विलास, तिची उत्कटता, तिचे गूढ औदासीन्य नव्हते; उषेची चैतन्यपूर्ण खळखळ, क्षणोक्षणी बदलते रंग नव्हते - काहीही नव्हते. फक्त सारख्याच सारख्या दिसणाऱ्या टेकड्या व वर अथांग पसरलेले काळसर निळे आकाश होते. जलांशामुळे भारावलेला व त्यामुळे जणू एकाच दिशेने मंदपणे वाहणारा वारा होता; पण म्हणूनच तिथे शांती होती, विश्रब्धपणाचे समाधान होते. म्हणूनच तिथे एकप्रकारच्या चिरंतन आनंदात मन एकत्रित होई. अशावेळी जीवनातल्या खेचाखेचीचे- सुखदु:खांच्या धावपळीचे - खरे महत्त्वमापन होते. सर्व निरर्थक विचार-विकार गळून पडतात व जीवनातील केंद्रीभूत सत्याचे आकलन होऊ लागते.

हिवाळ्यातील दुपार तरी काय कमी मनोरम असते? त्यावेळच्या उबदार हवेची गोडी अस्सल सुखवाद्यांनादेखील पटेल. तिचा आस्वाद घेत उन्हात पडले असताना डोळ्यांना चारी बाजूंना जणू समृद्धीची ऊब दिसू लागते. हेमंताचे सोने सगळीकडे पसरलेले असते. गव्हावर सोनेरी तांबूसपणा चढायला सुरुवात होते. कडुनिंबाच्या पानांचे सोने होऊन ती गरगरा शिवाशिवी खेळत हिंडू लागतात. जसजशी शिशिराची कळा ओसरू लागते, तसतशा भिंगाऱ्यांच्या झाडांवर निव्वळ सोनेरी शेंगाच शेंगा लटकू लागतात, तर पिवळ्या कांचनाचे झाड एकेका फांदीवर एखाद-दुसरेच सुवर्णमय फूल घेऊन डोलू लागते. पराकाष्ठेच्या एकतानतेने जणू दोघेही एकूण एक पानाला झुगारून देऊन आपल्या जीवनाचे सुवर्णमय ध्येय गाठण्याच्या आनंदात विहरत असतात. भिंगाऱ्यांच्या विस्तीर्ण वृक्षावरची एकेक शेंग किंवा कांचनाच्या फांदीवरचे एकेक फूल म्हणजे जणू एकेका ओजस्वी कल्पनाबीजाचे प्रकाशमय मूर्त स्वरूपच. आपल्या जीवनरसाला बाहेर पडायला तेवढेच मार्ग ठेवून ते त्यांचे जणू प्रकाशातच रूपांतर करतात व या सर्वांच्या भरीला सूर्याचे सोनेरी किरण. मिडास राजाने हेमंत-शिशिरांतील दुपारच्या सौंदर्याकडे डोळे उघडून पाहिले नसावे का?

परंतु मध्यान्हीचे सौंदर्य स्थलावर किंवा ऋतूवर अवलंबून नाही. अद्‌भुततेपासून अलिप्त व कुठल्याही तऱ्हेच्या अतिरंजनाने अदूषित अशा वास्तविकतेचे सौंदर्य तिच्यात आहे व म्हणून जीवनाच्या मुख्य वृत्तीशी तिची वृत्ती समरस होऊ शकते. जीवनसंगीताच्या स्थायी स्वराची मधुरता व महत्त्व तिच्यात आहे. ती वेळ भावनेने ओथंबलेली आहे, पण ती भावना इतकी सखोल, इतकी संथ व अखंड आहे की, बुद्धीच्या अत्यंत प्रभावशाली झोताने तिचे निरीक्षण करून घ्यावे. मध्यान्हीच्या वेळेत समतोलपणाचे स्वारस्य, गंभीरतेचा आनंद साठवलेला आहे. तीत उच्छृंखलपणा नाही, भडकपणा नाही. अभिजातपणाला साजेसे तिचे सौंदर्य आहे. प्रगल्भ हृदयाप्रमाणे तिची दु:खे नि:शब्द आहेत. त्याच्याप्रमाणेच तिचा आनंद शांत आहे.

☆

कुसुमावती देशपांडे

जमेचिना, घडेचिना!

परिचय

प्रो. वि. पां. दांडेकर यांनी टीकाकार व कथाकार म्हणून वाङ्मयात प्रवेश केला असला, तरी लघुनिबंधकार या नावानेच मराठी वाचकांना ते विशेष परिचित व प्रिय आहेत. त्यांनी थोडेसे कादंबरी-लेखनही केले आहे. मराठी रंगभूमीचा व नाट्यवाङ्मयाचा परामर्श घेणारा 'मराठी नाट्यसृष्टी' या नावाचा अनेक खंडांत्मक ग्रंथही त्यांनी लिहिला असून, त्याबद्दल विश्वविद्यालयाने त्यांना डॉक्टरेट दिली आहे, पण त्यांचे वाङ्मयीन व्यक्तित्व इतर सर्व क्षेत्रांपेक्षा लघुनिबंधातच अधिक आकर्षकपणाने प्रकट झालेले दिसते.

'फेरफटका', 'टेकडीवरून', 'एक पाऊल पुढे' व 'काळ खेळतो आहे' हे त्यांचे चार लघुनिबंधसंग्रह होत. लघुनिबंध लिहिण्याची त्यांची पद्धती बाह्यत: थोडीशी फडक्यांसारखी भासली, तरी खास त्यांची अशी अनेक वैशिष्ट्ये त्यांच्या लेखनात आहेत. त्यांच्या लघुनिबंधांत विषयांचे वैचित्र्य भरपूर असते. स्वत:विषयी बोलताना अथवा स्वत:वर टीका करताना ते जो मनाचा मोकळेपणा व वृत्तीचा खेळाडूपणा प्रकट करू शकतात, तो वाचकाला मोठा आकर्षक वाटतो. जीवनातल्या सर्व गोष्टींवर त्यांचे प्रेम आहे. त्यामुळे त्यांच्या लघुनिबंधांत आपल्याला अनेकदा एका जातिवंत रसिक मनाचे दर्शन होते. या विविध गुणांमुळेच मराठीतल्या पहिल्या पाच लघुनिबंधकारांत त्यांची नेहमी गणना होत आली आहे. 'जमेचिना, घडेचिना' या लघुनिबंधात त्यांचा खेळकरपणा व मनमोकळेपणा उत्कृष्ट रीतीने व्यक्त झाला आहे.

राजकवी यशवंत यांनी 'युगंधराचे पालुपद' नावाच्या एका सुंदर कवितेत श्रेष्ठ लोकांच्या हातूनही त्यांच्या मनाजोग्या गोष्टी न घडल्याने निघणाऱ्या उद्गारांना वाचा फोडली आहे. हे युगंधर म्हणतात, जमेचिना, कळेचिना, पटेचिना, घडेचिना.

तुमच्यामाझ्यासारख्या लहान माणसांच्या जीवनांतही हरघडी अशा शेकडो गोष्टी घडतात आणि त्यावेळी आपल्याही तोंडून अगतिकतेचे शब्द निघतात : जमेचिना घडेचिना.

निदान माझ्याबाबतीत तरी हे पालुपद अगदी वेदवाक्याइतके खरे ठरण्याची पाळी आली आहे. आज कित्येक वर्षांपासून लवकर उठण्याचा आणि उशिरा झोपण्याचा प्रयत्न मी करून पाहतो आहे. उशिरा झोपल्याने तेवढे अधिक वाचन, लेखन, मनन होऊ शकते. अधिक उद्योग होऊ शकतो; सूर्याने अस्तास जाऊन पृथ्वीवर काळोख केला असताना आपण आपल्या कार्यतत्परतेने त्याच्यावरही मात करू शकतो; या व अशासारख्या फायद्याच्या गोष्टी मला दिसत नाहीत, असे नाही. सकाळी लवकरच उठल्याने इतरांपेक्षा आपल्याला अधिक कामाचे तास पदरी पाडता येतात, हेही मला माहीत आहे. प्रात:काळची हवा मोठी उत्तेजक असते, काही आरोग्यदायक वायू त्यावेळी संचरत असतात, फुलांचा गंध सर्वत्र दरवळत असतो, पक्ष्यांची गोड किलबिल मारे सुरू असते आणि यामुळे पंच पंच उष:काली उठून जर मला माझ्या कामाला लागता आले, तर काय बहार होईल, हेही मला पटते. इतर कार्यकर्त्यांना मी लवकर उठताना आणि उशिरा झोपताना पाहतो, हेही मला पटते. त्यांनी केलेल्या कार्याचे डोंगरही मला दिसतात. तुलनेने मलाही असे काही करता येईल, याची खात्री पटते; पण इतके होऊनही माझ्या हातून लवकर उठणे आणि उशिरा झोपणे काही जमत नाही. रात्री साडेनऊ-दहा झाले की, मला जांभयांवर जांभया येऊ लागतात आणि पहाटे उठण्याकरता दोन-दोन घड्याळांत गजर लावूनही त्याचा काही उपयोग होत नाही. मला लवकर उठणे काही जमत नाही— म्हणजे काय, जमेचिना. सकाळी मला उठविण्याच्या कामी कपबश्यांच्या आवाजाखेरीज बाकीचे सर्व आवाज (म्हणजे प्रिय माणसाचे आवाजदेखील) अगदी म्हणता अगदी निष्फळ ठरले आहेत. हा एकच आवाज असा आहे की, तो ऐकून मी खडबडून जागा होतो आणि ताज्यातला ताजा चहा जो असेल तो मिळविण्याचा प्रयत्न करतो. दिवसातला माझा पहिला महान उद्योग म्हणजे चहा घेणे, आता ही गोष्ट काही मोठी सांगण्याजोगी नाही, हे मला पटते आहे; पण इतर गोष्टी आपल्याला जमतच नाहीत, तिथे काय करणार?

दुसरी गोष्ट जमत नाही, ती नीटनेटक्या पोशाखाची. पोशाखाने माणसाची प्रतिष्ठा वाढते, पोशाखावरून माणसाची किंमत केली जाते, पोशाखानेच सर्व काही साधते, हे म्हणणे त्रिवार सत्य आहे. रेल्वे प्लॅटफॉर्मवर प्लॅटफॉर्मचे तिकीट न काढता, चांगल्या पोशाखाने हिंडता येते; किंबहुना अजिबात तिकीट न काढता सेकंड क्लास किंवा फर्स्ट क्लासमधून प्रवास माणसाला उत्तम पोशाखाच्या भपक्यावर करता येतो. एखाद्या बड्या माणसाला भेटायचे असल्यास अप-टु-डेट पोशाखाचा तात्कालिक परिणाम होतो. इतर पोशाखाच्या माणसांना आत आपल्या

नावाची चिठ्ठी पाठवावी लागते. आकर्षक व सर्वमान्य पोशाख केलेल्या माणसाला असे काहीच करावे लागत नाही. जाताच चोहींकडचे दरवाजे त्याच्याकरता खुले होतात. माझ्या डोळ्यांनी या गोष्टी मी बघितल्या आहेत. मला बाहेर तिष्ठत ठेवून एका साहेबाच्या जमादाराने दुसऱ्या एका अप-टु-डेट पोशाखाच्या माणसाला आत जाऊ दिले! तो अप-टु-डेट पोशाख केलेला मनुष्य एरवी माझ्यापेक्षा सर्व दृष्टींनी कमी प्रतीचा होता. आतला साहेब हा त्याच्यापेक्षा मला अधिक मानणारा होता, पण त्याचे त्या जमादाराला काय होय! त्याच्या साध्याभोळ्या मनावर पोशाखाची जास्त पकड बसते, त्याला तो तरी काय करणार? माणसाने पोशाखाच्या बाबतीत अप-टु-डेट असलेच पाहिजे, याविषयी त्या दिवशी माझी अगदी खात्री झाली, पण अशी खात्री होऊनही माझ्यात फारसा काही बदल झालेला नाही.

माझ्या शिंप्याच्या लक्षात ही गोष्ट येऊन, त्याने माझ्यात कालानुरूप सुधारणा करण्याचा प्रयत्न केला. माझ्या आवडीकरता नव्हे, तर स्वत:च्या आवडीकरता, लोकांच्या आवडीकरता त्याने मला एक डबल ब्रेस्टचा कोट शिवून दिला. कोट पाहूनच मला बुजल्यासारखे झाले. बरेच दिवस मी तो कोट घातला नाही. शेवटी खूपच आग्रह केल्यावरून मी तो कोट घालून कॉलेजात गेलो. साऱ्या जगाचे लक्ष आपल्या या कोटाकडे आणि आपल्याकडे आहे, असे त्यावेळी मला वाटले. त्या कोटाने मला जरा म्हणता जरा बरे वाटेना. इतर म्हणत होते की, तो कोट याला शोभून दिसतो आहे! परंतु मला अगदी कोंडल्यासारखे वाटत होते. पूर्वीच्या बाराबंदीसारखा मला तो डबल ब्रेस्टचा कोट अगदी माणसाला बांधून टाकणारा वाटला. मला त्यात जरासुद्धा मोकळेपणा वाटेना. त्या कोटाकडेच माझे सारे लक्ष लागून मला काही सुचेना.

संध्याकाळी माझ्या शिंप्याला ती हकिकत मी सांगितली. त्यावर तो म्हणाला, "तुम्हाला सवय नाही, म्हणून असं होतं. उद्याही कोट घालून जा."

त्याच्या म्हणण्याला रुकार देऊन दुसऱ्या दिवशीही मी तो बाराबंदीवजा कोट घालून गेलो. पुन्हा आदल्या दिवशीचाच अनुभव मला आला आणि मग मात्र मी घरी येऊन तो कोट कपाटात ठेवून दिला. चांगला वर्षभर तो तसाच ठेवून दिला. तेव्हा माझ्या शिंप्याची खात्री होऊन, त्याने मला तो डबल ब्रेस्टचा कोट बदलून सिंगल ब्रेस्टचा करून दिला. यात कापडाचे काही नुकसान झाले असेल, पण मला मोकळे झाल्यासारखे वाटले.

पोशाखाने माणसाला जास्त मान मिळतो, हे तर खरेच आहे. विशेषत: तरुणपणी तर त्याला फारच मान असतो. एखाद्याच्या किंवा एखादीच्या मनात भरण्याच्या दृष्टीने तर पोशाखाकडे एखाद्या मध्यस्थाचीच भूमिका असते. 'एक नूर आदमी और दस नूर कपडा' ही म्हण अक्षरश: खरी आहे. मला स्वत:लादेखील

इतरांनी नीटनेटके, चांगले, उंची कपडे केलेले पाहायला आवडतात. मी त्यांची मनसोक्त स्तुतीही करतो. तुमचा टाय तुम्हाला फार खुलून दिसतो, तुमच्या शर्टचा रंग फारच सुरेख आहे, तुमच्या साडीचा रंग तुम्हाला साजेसा आहे, ही व अशाप्रकारची स्तुतिसुमने मी इतरांवर मनापासून उधळीत असतो; परंतु त्यांचे अनुकरण करणे मला जमत नाही. जमत नाही, म्हणजे काय? अगदी जमेचिना, घडेचिना.

तिसरी गोष्ट जमत नाही, ती परीक्षेत पहिला नंबर मिळविण्याची. गुजराथी व इंग्रजी शाळेत मला चार-पाच वेळा चुकून पहिला नंबर मिळाला आहे. त्यानंतर आजतागायत ज्या ज्या परीक्षा मी दिल्या, त्यात मला हा पहिला नंबर काही कधी मिळालेला नाही. परीक्षेच्या दृष्टीने जो मर्यादित क्षेत्रातला, पण खूप अभ्यास करावा लागतो, तो करणे मला कधीच जमलेले नाही. इतस्तत: भटकत भटकत अवांतर वाचन चालू ठेवीत मी अभ्यास करीत असल्याने मला परीक्षेत शंभर टक्के यश कधीच मिळालेले नाही. हे यश न मिळाल्याने माझे नुकसानही खूप झाले आहे, पण माझा वर्तमानक्रम काही त्यामुळे बदलला नाही. परीक्षेला अगदी एकदीड महिना राहिला की, वर्षभराच्या अभ्यासाला सुरुवात करायची; त्यातही पुन्हा रात्री जागरण किंवा पहाटेचे उठणे या दोन्ही गोष्टी नाहीतच. अशा बादशाही थाटाने मी अभ्यास करीत गेल्याने, विद्यार्थ्यांचे भूषण जो पहिला नंबर, तो मला कधीच मिळाला नाही. आता माझ्या स्वत:च्या अनुभवावरून मी माझ्या विद्यार्थ्यांना खूप अभ्यास करावयास सांगतो, पण त्या सांगण्याचे साहजिकच काही तेज पडत नाही. कारण 'बोले तैसा चाले' असा या क्षेत्रात मी नसल्याने, माझ्या सांगण्याचा परिणाम त्यांच्यावर काही होत नाही. माझ्याचसारखे अल्पसंतुष्ट बनून, ते अभ्यासाकडे दुर्लक्ष करतात. असे करणे फार फार वाईट आहे, हे मला चांगलेच समजते. परीक्षेत मिळविलेला पहिला नंबर आयुष्यभर उपयोगी पडतो. निदान अडाणी लोकांना दिपविण्याच्या दृष्टीने तरी त्याचा फारच उपयोग होतो, पण मला काही हे साधले नाही, जमले नाही. आजही साधत नाही, जमत नाही. लेखनाच्या बाबतीतही आजकाल कितीतरी चढाओढी लागतात. मोठी आकर्षक बक्षिसे असतात त्यांची! परंतु या चढाओढीपैकी एकीतही मी कधी उतरलो नाही, कारण माझी खात्रीच आहे की, पहिला नंबर मला मिळणे किंवा मिळविणे शक्य नाही. अगदी जमेचिना, घडेचिना, जुळेचिना. मग त्याच्या नादी तरी कशाला लागा?

आणखी न जमणारी गोष्ट, म्हणजे हुकमी वक्तृत्व. धंदाच बोलण्याचा स्वीकारला असल्याने मला रोज बोलावे लागते, आपले मुद्दे पटवून द्यावे लागतात; पण मुद्दे जवळ नसताना केवळ शब्दाच्या फुलबाज्या सोडून श्रोत्यांना झुलविण्याचे सामर्थ्य माझ्याजवळ मुळीच नाही. प्रभावशाली वक्तृत्व ही शक्ती आहे, सिद्धी आहे, प्रतिभा

आहे. तिच्या जोरावर खरा वक्ता हा कोणताही प्रसंग असो, केवढाही श्रोतृसमुदाय असो, कुशल पोहणाऱ्याप्रमाणे सपासप बोलून त्यांना समाधानाचे सुख मिळवून देतो. शिवरामपंत परांजपे यांचे वक्तृत्व मी ऐकले आहे. एखाद्या भव्य व सुंदर शिल्पकृतीप्रमाणे ते असे. ताजमहालाकडे पाहून त्याचा नीटनेटका रेखीवपणा जसा आपल्या डोळ्यांत भरतो, तसाच रेखीवपणा त्यांच्या वक्तृत्वात होता. बॅ. जयकर यांचे इंग्रजी वक्तृत्व मी ऐकले आहे. त्यांच्या पोशाखात जो साधेपणा आणि सफाईदारपणा आहे, तोच त्यांच्या वक्तृत्वात मला आढळला. श्रीनिवासशास्त्री यांचे व्याख्यान ऐकत असताना कैलासच्या भव्य लेण्याची मला आठवण झाली. उदात्त आणि भव्य असे त्यांचे वक्तृत्व होते. अच्युतराव कोल्हटकर यांचे वक्तृत्व खुमासदार. बोलत असताना ते कधीही ऐकणाऱ्याला कंटाळा आणीत नसत. विद्यमान वक्त्यात आचार्य अत्रे, प्रो. ना. सी. फडके, प्रो. शं. दा. पेंडसे हे सहज सर्वश्रेष्ठ ठरतील. या तिघांत केवळ वक्तृत्वातील लोकप्रियता पाहिल्यास अत्रे हे श्रोत्यांच्या गळ्यातील ताईत आहेत. आपले म्हणणे कुशल वकिलाप्रमाणे पटवून देण्यात फडके वाकबगार आहेत. नवरसात्मक वक्तृत्व प्रो. पेंडसे यांनीच करावे. धुळ्याचे वकील शंकरराव देव यांचे भाषण जेव्हा गेल्या साहित्य संमेलनाप्रसंगी मी ऐकले, तेव्हा तर ते मला फारच वरच्या दर्जाचे वाटले. हळूहळू श्रोत्यांना आपल्या कबजात घेण्याची त्यांची तऱ्हा मला शेक्सपिअरच्या मार्क अँटनीसारखी वाटली. स्वातंत्र्यवीर सावरकर हे श्रेष्ठ प्रकारचे राजकीय वक्ते आहेत. ते विचार केव्हा करतात आणि बोलतात केव्हा, असे त्यांच्या गंगौघाप्रमाणे स्रवणाऱ्या व्याख्यानाकडे पाहून ऐकणाऱ्याला वाटते. श्रेष्ठ वक्त्यांची, प्रभावशाली वक्त्यांची, प्रतिभासंपन्न वक्त्यांची भाषणे मी पुष्कळ ऐकली आहेत. असे असून त्याच्या एक शतांशानेही मला काही करता येत नाही. काही काही प्रसंगी मी श्रोत्यांना खूश करण्याइतके बोलू शकलो आहे, पण हे अपवादात्मकच प्रसंग आहेत. पल्लेदार वक्तृत्व काही मला जमत नाही, हेच खरे. मला जे काही सांगायचे असते, ते माझे लवकर सांगून होते. कापूस पिंजून पसरावा, तशी त्याची पसरण मला करता येत नाही आणि यामुळेच दीड-दोन तास बोलणे मला मुळीच जमत नाही. जमत नाही म्हणजे काय? अगदी म्हणता अगदी जमत नाही. या व्याख्यानांच्या बाबतीत मला म्हणावेसे वाटते की, नाही मनिची हौस पुरली.

या सर्व उणिवा अर्थातच उणिवा आहेत. त्यांच्यापासून माझा व्यक्तिशः फायदा इतकाच की, मी इतरांकडे सहानुभूतीने, उदारपणाने बघू शकतो. इतर बऱ्याच गोष्टी मला जमत नाहीत, हे खरे आहे; पण ही एक गोष्ट मात्र जमते.

☆

प्रा. वि. पां. दांडेकर

पक्षि म्हणती ज्या आपुला

परिचय

प्रा. अनंत काणेकरांनी विविध क्षेत्रांत नाव घेण्याजोगे लेखन केले आहे. 'चांदरात'मधल्या कविता, 'जागत्या छाया', 'काळी मेहुणी' वगैरे कथासंग्रहांतल्या गोष्टी आणि 'धुक्यातून लाल ताऱ्याकडे' मधले प्रवासवर्णन एवढेच त्यांचे वाङ्मय वाचले, तरी कल्पकता, विनोददृष्टी, सुस्पष्ट व विचारशील दृष्टिकोन, प्रगतिपरता, इत्यादी त्यांच्या गुणांची कोणालाही कल्पना येईल. मात्र काव्य, कथा, टीका व प्रवासवर्णन या क्षेत्रांत त्यांनी संस्मरणीय कामगिरी केली असली, तरी लघुनिबंधकार या नात्याने त्यांना मिळालेली कीर्ती अधिक मोठी आहे. ती जितकी मोठी, तितकीच सार्थ आहे. काणेकर हे फडक्यांइतकेच लोकप्रिय लघुनिबंधकार आहेत.

'पिकली पाने', 'शिंपले आणि मोती', 'तुटलेले तारे' व 'उघड्या खिडक्या' असे काणेकरांचे चार लघुनिबंधसंग्रह प्रसिद्ध आहेत. या सर्व संग्रहांतले वीस निवडक निबंध 'नवे किरण' या पुस्तकात समाविष्ट करण्यात आले आहेत. काणेकरांची अनेक वैशिष्ट्ये हे निबंध वाचणाऱ्यांच्या डोळ्यांत भरतील. त्यांचे निबंध नुसते खेळकर नसतात. त्यात प्रेरकताही असते. 'पिकली पाने' वाचताना एकीकडे लेखकाच्या विनोदशक्तीचे, त्याने निर्माण केलेल्या गमतीदार गणूकाकांचे, ते मधूनमधून सांगत असलेल्या मजेदार गोष्टींचे आणि त्यांच्या मार्मिक अथवा मर्मभेदक वाक्यांचे कौतुक करून आपण हसत असतो; पण दुसरीकडे काणेकर समाजातल्या ढोंगासोंगावर जे हल्ले चढवितात, आजची विकृत, विषम समाजरचना बदललीच पाहिजे, म्हणून आवेशाने जे प्रतिपादन करतात, त्यांचाही आपण विचार करू लागतो. त्यांचे निबंध मोठे सुटसुटीत व मनोरंजक असूनही विचारप्रवण वाटतात. 'पक्षि म्हणती ज्या आपुला' हा त्यांचा अगदी अलीकडला एक चांगला लघुनिबंध आहे.

लेखकांची माहिती देणारे एक वार्षिक प्रसिद्ध करू पाहणाऱ्या एका प्रख्यात प्रकाशकाने काही दिवसांपूर्वी माझ्याकडे एक प्रश्नपत्रिका पाठविली होती. त्या पत्रिकेतल्या, तुमचा जन्म कधी झाला, तुमचं शिक्षण काय, तुमच्या पुस्तकांची नावे काय, वगैरे प्रश्नांची उत्तरं मी भराभर लिहून टाकली; पण 'तुमचे काही विशेष छंद' या प्रश्नाकडे आल्याबरोबर मी एकदा थबकलो. कुणाला पोस्टाची तिकिटे जमविण्याचा छंद असतो, तर कुणाला जुन्या नाण्यांचा संग्रह करण्याचा छंद असतो. कुणी हातात घेण्याच्या नाना प्रकारच्या काठ्या घेऊन ठेवतात, तर कुणी दुर्मीळ ग्रंथाचे शौकी असतात. तसा विशेष असा छंद मला काहीच नाही.

हातातली पेन्सिल डोक्याला लावून काय लिहावे, की काहीच छंद नाही, म्हणून लिहावे, असा विचार करीत मी बसलो होतो. इतक्यात चिवचिवाट करीत दोन चिमण्या माझ्या टेबलासमोरच्या खिडकीत आल्या आणि मला बघून एकदम थबकल्या. माझ्या खोलीतल्या भिंतीवर एक लाकडी घड्याळ आहे. त्या घड्याळाच्या आणि भिंतीच्या मधल्या फटीत चिमण्या नेहमी घरटी बांधीत असतात. काड्या, काटक्या, गवत, सुतांचे तुकडे, कापूस, काथ्या - काय मिळेत ते चोचीत घेऊन ती चिमणाचिमणी नेहमी तिथे येत असतात.

कशाबद्दल, कुणाला ठाऊक, जोरजोराने एकमेकांशी भांडतच ती दोघे खिडकीतून आत येत होती. मला पाहिल्याबरोबर त्यांचं भांडण एकदम थांबलं, पण एकाच्या चोचीतली काडी माझ्या जवळच दोन-तीन हातांवर खाली पडली. ती दोघेही काडीकडे आणि माझ्याकडे आलटून पालटून पाहत आपापसांत काहीतरी चिवचिवत होती. बहुधा माझ्याबद्दल त्यांची काहीतरी गंभीर चर्चा चालली होती.

'घेतो झालं चटकन झेप टाकून काडी, मला नाही वाटत, तो काही करील...' असे तो चिमणा म्हणत असावा.

'छे छे, नको उगाच. त्या मेल्यांचा नेम नाही, घालील काहीतरी कपाळात. एका काडीचं काय मेलं, मिळतील दुसऱ्या हव्या तेवढ्या!' ती चिमणी सांगत असावी.

एकमेकांशी ती काय बोलली असतील, ते असो, विश्वास टाकायला मी लायक आहे, असं त्यांनी माझ्याबद्दल ठरवलेलं असो की, बायकोच्या बोलण्याकडे लक्ष द्यायचं नाही, असं त्या चिमण्यानं ठरवलेलं असो, भुर्रकन खाली येऊन त्यानं ती काडी उचलली आणि तो घड्याळाकडे उडाला. त्याच्या मागोमाग चिवचिव करीत ती चिमणी गेली.

मी संथपणे जागचा मुळीच न हलता हे सर्व पाहत होतो. एकप्रकारच्या निर्मळ आनंदात मी गर्क झालो. काही वेळ तो कागद, तो प्रश्न, सर्व काही मी विसरून गेलो होतो.

चिमण्यांकडे पाहत बसण्यात मला नेहमीच असा आनंद होतो. चिमण्याच कशाला, हरप्रकारचे सुंदर सुंदर पक्षी मला आवडतात. त्यांना डोळे भरून पाहण्याचं मला विलक्षण वेड आहे. मुंबईत दुसरे पक्षी फारसे दिसत नाहीत. तेव्हा चिमण्याच पाहत मी बसतो, इतकेच. जे करण्यात खराखुरा, निरपेक्ष, निर्भेळ आनंद होतो, त्याला छंद म्हणावयाचे असेल, तर पक्ष्यांकडे पाहत बसण्याचा मला छंद आहे, हे कबूल केले पाहिजे. 'छंद : सुंदर सुंदर पक्षी पाहण्याचा' असे त्या प्रश्नपत्रिकेवर मी लिहून टाकले.

हा छंद मला आहे खरा. खेळण्याचे दुकान पाहून लहान मुलांना होते, तसे सुंदर पक्षी पाहून मला होते. मग मी कुठे आहे, लोक काय म्हणतील, याची मला मुळीच पर्वा वाटत नाही. परवा एका सार्वजनिक वाचनालयाच्या दाराशी मी उभा होतो. दुपारची वेळ होती. हमरस्त्यावर ती इमारत असल्यामुळे कितीतरी लोक तिथून जात-येत होते. इतक्यात निरनिराळ्या रंगांचे चिमुकले पक्षी असलेले सात-आठ पिंजरे घेऊन जात असलेला एक पक्षीविक्या रस्त्यावरून जाताना मी पाहिला. लाल पोट, तपकिरी अंग आणि काळी चोच असलेले चिमणीहूनही लहान पक्षी एका पिंजऱ्यात, तर रेशमासारखं निळं अंग आणि त्यावर राखाडी ठिपके असलेले दुसऱ्यात, असे पिवळ्या अंगाचे, गुलाबी चोचेचे, कितीतरी लहानमोठे पक्षी त्या निरनिराळ्या पिंजऱ्यांत होते. उगाच त्या माणसाला बोलावून यांची किंमत काय, हा केवढ्याला विकतोस, म्हणून विचारायचे आणि शेवटी विकत मात्र काहीच घ्यायचे नाही, असे केल्यामुळे सर्व लोकांसमोर आपल्याला शिव्या हासडीत तो जाणार, याची पूर्ण खात्री असूनही मी त्याला हाक मारलीच. देईल चार शिव्या, पण ते पक्षी तर आपल्याला डोळे भरून पाहून घेता येतील? सुदैवानं तो माणूस फार चांगला निघाला. फार किंमत सांगतोस, असे मी म्हटल्यावर तो शांतपणे निघून गेला, ही गोष्ट निराळी.

असे सुंदर पक्षी दिसले की, काय वाटेल ती किंमत देऊन ते विकत घ्यावे आणि घरी आणून पिंजऱ्यांत ठेवावे, असा अगदी अनावर मोह मला नेहमी होतो; पण अगदी शुक्राचार्यांच्या मनोनिग्रहाने मी तो आवरतो. काही वेळपर्यंत त्यांना पाहत बसणे बरे वाटेल, पण पिंजऱ्यातले पक्षी पाहण्यात कसला आनंद आहे? पिंजऱ्यातला पक्षी हा पक्षीच नव्हे. स्वातंत्र्य हा पक्ष्याचा प्राण आहे. पिंजऱ्यातला पक्षी पाहणं म्हणजे पक्ष्यांचं निर्जीव चित्रच पाहण्यासारखं आहे. पक्ष्यांचे रंग आणि रूप पाहण्यातही आनंद आहे; पण खरा ब्रह्मानंद आहे, तो निळ्या आभाळात त्यांच्या रंगीबेरंगी पंखांच्या स्वैर भराऱ्या पाहण्यात, हिरव्या-पिवळ्या पानांतून त्यांनी केलेला गोड चिवचिवाट ऐकण्यात, स्वच्छंदपणे चाललेले त्यांचे शिवाशिवीचे

खेळ निरखण्यात.

स्वच्छंदपणे बागडणाऱ्या निरागस, सदा आनंदी मुलांना पाहण्यात मला जो आनंद होतो, त्यापेक्षाही अधिक आनंद झाडाझुडपांतून भिरभिरणाऱ्या पाखरांना पाहण्यात होतो. मुलं कधीतरी रडतात, ओरडतात, दु:खी-कष्टी झालेली दिसतात. पाखरे खरोखरच तिन्हीत्रिकाळ आनंदी; रडणारे, कण्हणारे, सुस्कारे सोडीत बसलेले पाखरू कधी कुणी पाहिलं आहे का? मला तरी असलं पाखरू कुठे पाहिलेले आठवत नाही. आणखी एक गोष्ट आहे. मुलांना पाहता पाहता केव्हा केव्हा एक विचार मनात आल्याशिवाय राहत नाही. लवकरच याचं मूलपण संपेल, ही मोठी होतील, प्रौढ होतील. त्यांचा अवखळपणा, त्यांची निरागसता नष्ट होईल. पाखरांना पाहताना असे कधीच वाटत नाही. पाखरू म्हणजे जणू काय चिरयौवन! म्हातारं पाखरू हा शब्दप्रयोगच कसासा वाटतो. पाखरू कधीच म्हातारं होत नाही. पाखरू नेहमी तरुणच असते. नाहीतर ते नसतेच!

नेहमी आकाशात, उच्च, दिव्य वातावरणात विहार करीत असल्यामुळे की काय, शुद्ध, निर्मळ मनाचा माणूस पाखरे अचूक ओळखतात. टिळकांच्या उग्रपणाच्या मी पुष्कळ गोष्टी ऐकल्या आहेत. चहाला स्पर्शही न करणारा एक माणूस टिळकांना काही कामाकरता एकदा भेटावयाला गेला होता. बोलता बोलता टिळकांनी चहाचे दोन पेले आणावयाला नोकराला सांगितले. मी चहा पीत नाही, असे टिळकांपुढे म्हणण्याचा त्या गृहस्थाला धीर झाला नाही! पुढ्यातल्या चहाचा कप त्याने मुकाट्याने पिऊन टाकला! टिळकांच्या उग्र, वज्रकठोर व्यक्तित्वाबद्दल कुणी काही म्हणो, त्यांचे अंत:करण कुसुमाहूनही मृदू होते, याबद्दल मला यत्किंचितही शंका नाही. मला दुसरा कसलाच पुरावा नको! माझा पुरावा वादातीत आहे.

पाखरांना टिळकांची मुळीच भीती वाटत नसे! नि:शंकपणे ती त्यांच्या अंगाखांद्यांवर खेळत. मंडालेच्या किल्ल्यात टिळक राजबंदी असताना तिथल्या त्यांच्या आचाऱ्याने सांगितलेली एक आठवण माझ्या अंत:करणाला नेहमी गोड गुदगुल्या करीत असते.

टिळकांच्या आणि आचाऱ्याच्या जेवणाकरता तुरुंगाच्या अधिकाऱ्याकडून धान्याचा जो शिधा मिळे, त्यातलं पुष्कळच धान्य उरत असे. ते सर्व धान्य आपलं जेवण चालू असता टिळक पाखरांना घालीत असत. कितीतरी पाखरे टिळकांच्या अवतीभोवती दाणे टिपायला यायची आणि आश्चर्याची गोष्ट म्हणजे, माणसांना अतिशय उग्र, वज्रकठोर वाटणाऱ्या त्या महापुरुषाच्या अंगाखांद्यांवर ती खुशाल उडायची, नाचायची! आचारी तर टिळकांना महाराजच म्हणायचा. त्याला ते देवपुरुषच वाटायचे.

पण एके दिवशी टिळक जेवत असता तुरुंगाचा युरोपियन अधिकारी तिथे

आला. टिळकांच्या अंगाखांद्यांवर मजेत उड्या मारणारी ती पाखरे पाहून आश्चर्याचा धक्काच बसला त्याला.

"हे काय, मि. टिळक?" तो उद्गारला.

"आम्ही त्यांना खात नाही. आम्हाला त्यांनी का भ्यावं?" टिळकांनी गंभीरपणे उत्तर दिले!

टिळकांची त्रिखंडविख्यात विद्वत्ता, त्यांचं अलोट धैर्य, त्यांची महान देशसेवा यांची मला काही एक माहिती नसती— त्यांच्या अंगाखांद्यांवर पाखरे नि:शंकपणे खेळत असत, एवढी एकच गोष्ट मला कळली असती, तरी टिळकांना मी एक थोर, लोकोत्तर पुरुष समजलो असतो.

साधुपुरुष कसा ओळखावा, हे सांगताना तुकारामबुवा म्हणतात की,

'जे कां रंजले गांजले । त्यासि म्हणे जो आपुले ॥
तोचि साधु ओळखावा । देव तेथेचि जाणावा ॥

असेल हे खरे! पण रंजलेल्या गांजलेल्याविषयी आपुलकी दाखविण्याचे ढोंग एखादा करील किंवा त्यांची सेवा करण्याचेही सोंग तो आणील आणि आपण सामान्य माणसे एखादेवेळी फसून त्याला साधुपुरुष म्हणू. तेव्हा पाखरांच्या उपजत बुद्धीवरच विश्वास टाकणे अधिक बरे. ती भलत्याच माणसाच्या आसपास मुळीच फिरकणार नाहीत. म्हणूनच तुकारामबुवांच्या शब्दांत थोडा फेरफार करून मी म्हणेन की :

'पक्षि म्हणती ज्या आपुला । बसति ज्याच्या खांदा गळां ॥
तोचि साधु ओळखावा । देव तेथेचि जाणावा!'

★

श्री. अनंत काणेकर

रविवार

परिचय

डॉ. श्री. स. भावे यांची लघुनिबंधांची दोन पुस्तकं प्रसिद्ध आहेत. 'पहिली उडी' आणि 'मला नाही पटत'. विद्वत्तेला विनोदी वृत्तीची जोड मिळाली आणि त्यात मनमोकळ्या आत्मनिवेदनाची भर पडली, म्हणजे जो आकर्षक वाङ्मयविलास निर्माण होतो, त्याचे भाव्यांच्या लेखनात आपल्याला अंशतः दर्शन होते. चांगल्या लघुनिबंधकाराची अनेक वैशिष्ट्ये त्यांच्यांत आहेत. 'कोकणचे कातळ' या लघुनिबंधातल्या खालील वाक्यांवरून काव्य व विनोद या दोन्हींची देणगी त्यांना लाभली आहे, हे दिसून येईल. 'एखाद्या ठिकाणी लहानमोठे काळेकुट्ट दगड कुणीतरी रचून ठेवल्याप्रमाणे तुम्हाला दिसतील. जणू काय कोणा अद्भुत भूतपिशाचांचं ते एक सभास्थानच. कारण त्यातला एखादा गुळगुळीत, पण उंच दगड अध्यक्षांच्या खुर्चीसारखा प्रतिष्ठित दिसतो, तर बाकीचे धाकटे धाकटे दगड सामान्य सभासदांची आसने आहेत, असे वाटते... एक लहानसा स्वच्छ ओढा, त्याच्या बाजूला सुंदर चिमुकलीशी झाडे, तेथे यथेष्ट गान करणारे पक्षी, बाजूला आकर्षक अशी दगडधोंड्यांची मांडणावळ, वरती निळे निळे आकाश, दूर ऐकू येणारे समुद्राचे अस्फुट संगीत - आणि याशिवाय आजूबाजूला दुसरे, काही म्हटल्या, काही नाही. केवळ शांतता! एखाद्या यक्षकन्येने प्रियकराला दाखवण्यासाठी स्वहस्ताने रंगविलेले आणि शांततेच्या रेशमात लपेटून ठेवलेले वस्त्रच जणू.'

'रविवार' हा त्यांचा लघुनिबंध खेळकरपणा व तत्त्वचिंतन या दोन्ही दृष्टींनी आकर्षक आहे.

ती एक शनिवारची संध्याकाळ होती. आगामी रविवारची झुळूक जिकडेतिकडे प्रत्ययास येत होती. दुकानांतून गिऱ्हाइकांची ये-जा सुरू होती व जिन्नस देणाऱ्या

'फ्रॉयलाइन्स' (तरुणीं) ची तर धांदल पुसूच नका. 'बोन' शहरी (कलोनजवळ) जाऊन त्यावेळी मला सुमारे पाच-सहा महिने झाले होते, पण दर रविवारी सर्व दुकाने, धंदे बंद करून, एखाद्या हरताळाच्या दिवसाप्रमाणे सर्व बाजाराला औदासीन्य आणण्यामध्ये या जर्मन लोकांना काय वाटते, याचे मला तेव्हाही गूढच होते, पण यावर जास्त विचार करण्यास आज मला वेळ नव्हता. एक कठीण जर्मन पुस्तक वाचून मला सोमवारला तयार करावयाचे होते. कारण त्या पुस्तकातील विषयावर ऊहापोह करण्याचे आमच्या प्रोफेसरांजवळ आगाऊच ठरले होते. माझ्या एका जर्मन सहाध्यायाला गाठून उद्या रविवारी हे पुस्तक वाचण्याचे काम उरकून घ्यावे, असे मी ठरविले. इतक्यात अगदी फुलाबोलाला गाठ पडते, त्याप्रमाणे माझा मित्र 'लिओ' एका दुकानातून घाईघाईने बाहेर पडताना मला दिसला. लिओची मदत या कामी घ्यावी, असा माझा निश्चय झाला.

"गुटेन् टाग् (नमस्ते), लिओ!" मी म्हणालो.

"गुटेन् टाग्, भावे!" त्याने परत प्रणाम केला.

"लिओ, उद्या सकाळी एखाद्या 'काफे'मध्ये आपण भेटू या काय?" मी जरा आशेने विचारले.

"भावे, उद्या तर रविवार. मी एका मैत्रिणीकडे सबंध दिवस घालविण्याचे कबूल केले आहे." तो म्हणाला.

त्याचे अभिनंदन करून मी म्हटले,

"पण लिओ, सबंध दिवस रे तू त्या 'मारिआ'कडे काय करणार आहेस?" (त्याची मैत्रीण कोणती, ते अजमाविल्याबाबत जरासा आश्चर्याने तो मजकडे पाहू लागला.)

"अरे, सबंध दिवस काय करणार? मी तर म्हणतो, खरोखर सुटीचा आनंद लुटायला आम्हाला सबंध रविवारसुद्धा पुरतच नाही." आपल्या हातातील 'मापे' (पिशवी) सावरीत सावरीत तो म्हणाला.

"पण उद्याचा दिवस सकाळी आठ ते दहा प्रो. ग्रेब्नरचे Ethnology (लोकशास्त्र) वरील ते जड पुस्तक वाचण्यास जरा मला मदत कर ना!"

माझ्या विनंतीला हा बळी पडणार, असे मला वाटले. त्याला उत्तराला अवसर न देता मी पुन्हा म्हणालो,

"आणि शिवाय हिटलरच्या तत्त्वाप्रमाणे मजसारख्या परदेशस्थाला साहाय्य करणं तुझं काम आहे." त्याच्या हिटलर-प्रेमाचे बटन दाबण्याचा मी प्रयत्न केला.

पण तो कसला वस्ताद! हिटलरचाच आधार घेऊन त्याने बाजू मजवर परतविली.

"मित्रा, तू विसरलास. हिटलरचं तत्त्व असं आहे की, मजेनं, आनंदानं

माणसाची शक्ती वाढते आणि रविवारचा दिवस खऱ्या मजेतच घालविण्याची त्याची सर्व राष्ट्राला आज्ञा आहे.''

मी आणखी काही बोलणार हे ताडून, आधीच थोडासा वेळ मोडल्यामुळे अधीर झालेला लिओ मला पुन्हा विनवू लागला :

''भावे, तू रागावू नको हं! मी रविवारी कधीच काम करीत नाही. अन्य दिवशी केव्हाही तू सांगशील, त्या ठिकाणी येऊन मी तुला मदत करीन.''

एवढ्यावरच न थांबता जाता जाता मला त्याने उपदेश केला,

''आणि मित्रा, तूही रविवारी आपल्या प्रबंधाच्या कामानं डोकं फोडून घेण्याऐवजी चांगल्या मजेत वेळ काढ. कोठे फिरावयाला जा, गाण्याला जा, गप्पा मार, पण वाचू नको! 'आऊफ वीडरझेहेन्' (नमस्ते, येतो).''

मीही म्हटले,

''आऊफ वीडरझेहेन्, लिओ! तुझा रविवार आनंदात जावो!''

लिओ केव्हाच अदृश्य झाला.

पण पुस्तक वाचण्याचे माझे काम राहिलेच होते. हिंदुस्थानात तर रविवारीच सर्व उर्वरित कामे उरकण्याची माझी सवय. ती जाणार थोडीच?

'आमच्या शेजारची 'एलिझा' हुशार तरुणी आहे. जर्मन वाङ्मयाचाही अभ्यास तिने चांगला केला आहे. तिचीच मदत आपण घ्यावी. शिवाय तिचा प्रियकर या रविवारी बाहेरगावी जायचा होता, असे ती म्हणाली होती. ती बहुतेक ना म्हणणार नाही.' मी मनाशी ठरविले.

मला आशा उत्पन्न झाली. ताबडतोब घरी येऊन 'एल्झा'च्या खोलीची घंटा वाजविली. नमस्कार चमत्कार झाला.

''एल्झा, उद्या सकाळी आपण कोठे 'काफेत' जाऊ या काय?'' मी उपन्यास केला.

''हो हो अलबत.'' एल्झा उद्गारली. मला वाटले, काम झाले, पण बरोबर ग्रेब्नरचा ग्रंथ नेण्यासंबंधी जेव्हा मी बोलू लागलो, तेव्हा तर ती स्तंभितच झाली. तिच्या निळ्या डोळ्यांत आश्चर्य चमकू लागले.

''म्हणजे, तुमच्या मनातून उद्या रविवारी एका बिकट विषयाचा अभ्यास करावयाचा आहे, वाटतं? मग मी साफ सांगते, मी तुमच्याबरोबर येणार नाही! सुटी मी पवित्र समजते. त्या दिवशी काम करणं हे अमानुष आहे... ''

स्त्रीस्वभावसुलभ अशा ओघवत्या वाणीने तिने आपले व्याख्यान आणखी किती वेळ चालू ठेवले असते, कोणास ठाऊक!

रविवारी काम करण्याची सूचना करण्याच्या अपराधाबाबत शिष्टाचाराला अनुसरून

दिलगिरी प्रदर्शित करून, हा जड ग्रंथ कसा वाचावा, या विवंचनेत मी पुन्हा पडलो!

'काही हरकत नाही. मी शब्दकोशाची मदत घेईन व हा ग्रंथ स्वत:च लावीन. 'आप करे सो काम' ही आपली म्हणच आहे. लागू दे या जर्मनांना त्यांच्या रविवारच्या मागे. म्हणे, सुटी ही पवित्र आहे. आम्ही तर हिंदुस्थानात सुटी ही पवित्र आहे की नाही, याचा कधीच नाही विचार करीत. आम्हाला एवढे माहीत आहे की, सुटी ही सोयीस्कर आहे. काही नाही, उद्या मी 'सेमिनार'मध्ये (अभ्यासालयात) जाऊन एकटाच हे काम करीन.' मी मनाशी ठरविले.

उजाडला रविवार तो फारच सुंदर होता. बरेच दिवसांनी आज सूर्यनारायणाने आपला प्रताप दाखविला होता. ४० फॅरेनहाइट उष्णता असणाऱ्या त्या दिवसात सूर्याची किरणे फारच सुखकारक वाटत होती. जिकडेतिकडे रविवारच उधळलेला दिसत होता. उत्तम, व्यवस्थित कपडे घालून वृद्ध लोक चर्चकडे जात होते. सुंदर पोशाख करून मुले बाहेर फिरावयास पडली होती. आसपासच्या खेडेगावांत हिंडण्याकरिता जाणाऱ्या लोकांनी गच्च भरून मोटार बसीस भरधाव चालल्या होत्या.

जणू काय आज जगात मजेशिवाय दुसरे काहीच नाही, अशी प्रत्येकाची मुद्रा सांगत होती. फुलविक्या वृद्ध बाईचा व्यापार तर अगदी जोरात चालला होता. सेमिनारमध्ये जाता जाता मी त्या बाईला म्हटले,

"काय हो! आज रविवार आणि तुम्ही विक्रीचं काम करता, याचा अर्थ काय?"

मला वाटले, जर्मनांच्या सुटीच्या तत्त्वाविरुद्ध जाणारी एक तरी व्यक्ती मी शोधून काढली.

पण क्षणार्धातच तो माझा विजय मावळला. बाई थंडपणे म्हणाली,

"माझ्या मुला, म्हणतोस ते अगदी बरोबर! मीसुद्धा आज सुटी घेणारच आहे पण रविवारी आपल्या तरुण मैत्रिणींना ताज्या फुलांचे गुच्छ घेऊन जाणाऱ्या तुझ्यासारख्या - " या ठिकाणी मी नकारार्थी मान डोलवण्याचा प्रयत्न केला, "तरुणाचा रविवार जास्त यशस्वी व्हावा, म्हणूनच मी हे काम करीत आहे; पण फक्त दहा वाजेपर्यंतच, बरं का? त्यानंतर मीही शेजारच्या डोंगरावरील सुंदर हॉटेलात आज एक प्रसिद्ध 'कॉन्सर्ट' आहे, तो ऐकणार आहे व त्यानंतर बिअर वगैरे पेये आहेतच. मी रविवार हा अति सुखाचा दिवस समजते..."

"आऊफ वीडरझेहेन्." मी म्हणालो.

प्रत्येकाचे हे रविवारचे तत्त्वज्ञान ऐकून माझी स्थिती 'त्रयाणां धूर्तानाम्' या

गोष्टीतील भोळ्या ब्राह्मणाप्रमाणे झाली. 'मी आज रविवारी काम करतो, म्हणजे एक अपराधच करतो, म्हणावयाचा' मला वाटले.

मी सेमिनारमध्ये प्रवेश केला. ग्रेब्नरचे जड पुस्तक उघडले. प्रत्येक शब्दागणिक काही ठिकाणी मी अडत होतो. बाहेर पाहावे, तो सुटीच्या मदिरेने बेभान झालेली माणसे इतस्तत: जात-येत होती. मी पुन्हा थोडे वाचायचा प्रयत्न केला. तिथली शांतता मला जणू सांगत होती,

'बाबा रे, कशाला उगाच वाचायची खटपट करतोस? जा, रविवारची मजा लूट, मग नव्या उत्साहाने सहा दिवस खूप काम कर व पुन्हा रविवारी नवीन उत्साह, नवीन आनंद यांची पैदास कर!'

मी पुस्तक जाग्यावर ठेवले व घरी परतलो.

माझ्या हातून आज काम होईना.

घरी बडोद्याला, मुंबईला किंवा रत्नागिरीला घालविलेले वेगवेगळे रविवार मला आठवले. एका रविवारी हायस्कुलात असताना बीजगणिताची सुमारे पंचवीस उदाहरणे आम्ही 'फेअर' केली होती. एका रविवारी आदल्या दिवशी राहिलेले अमरकोशाचे दहा श्लोक पाठ करण्याचे माझ्यावर काम होते. माझे हस्ताक्षर वाईट असल्यामुळे ते बराच वेळ वळविण्याचे काम मी रविवारी करावे, असा काकांचा मला आग्रह होता. माझे एक नातेवाईक वकील होते. त्यांना खालच्या कोर्टाची कामे समजावून देण्याकरिता परगावचे वकील रविवारीच येत व त्यांची कामे समजून घेण्यात वकिलांची व आलेल्या पाहुण्यांची बडदास्त ठेवण्यात आमचा जीव अगदी बेजार होत असे. माझे दुसरे एक नातेवाईक आपल्या बंगल्यातील सामानसुमानाची साफसफाई, पुनर्रचना, इत्यादी कामांत आपल्या रविवारचा सद्व्यय करून आणि आम्हा मुलांची त्या कामी मरमर मदत घेऊन, आम्हाला नको तो रविवार, असे करून टाकीत. आमचे एक प्रोफेसर रविवारी 'एक्स्ट्रा पीरियड' घेत. जणू काय सबंध आठवड्यात वाहिलेली ज्ञानगंगा आमचे अज्ञान धुण्यास पुरी नव्हती. त्यांच्या अनुकरणाने मी स्वत:पण असे अधिक तास पुष्कळ घेतलेले आहेत! कचेरीतली कामे घरी आणून आपल्या मुलाबाळांजवळ एक शब्दही न बोलता कागदांत डोके खुपसून रविवारचे रविवार घालविलेले मुंबईतील कित्येक हपीसवाले लोक मला माहीत आहेत. बडोद्यात कित्येक मंडळी मोठमोठ्या 'बड्या' साहेबांना (भेट मिळाल्यास) भेटण्याची कामे रविवारी करीत, त्याप्रमाणे मीही पुष्कळदा केल्याचे मला आठवले. एकूण रविवार म्हणजे मागील अंकावरून पुढे चालू ठेवलेला लेख. तीच कामे, तेच लोक व तीच ठिकाणे! फरक म्हणून काही नाही. जुना पत्रव्यवहार, सामानाची साफसूफ, पाहुण्यांचे आदरातिथ्य, उरलेल्या कामांचा जंजाळ, इत्यादी गोष्टींनीच

आमचा रविवार रंगलेला असतो. पुन्हा सोमवारी कामाची घाई आहे, ती आहेच. कामात उत्साह नाही की, दृष्टीत ताजेपणा नाही.

दीड-दोन वाजण्याच्या सुमाराला मी बाहेर पडलो. लिओच्या दुर्दैवाने त्याच्या मैत्रिणीला काही आकस्मिक कामामुळे 'बोन्' सोडून जावे लागले होते. (हे मला नंतर कळले.) शेजारच्या उपनगरात 'मारिआच्या' वसतिस्थानी फुकट धक्का खाऊन लिओ परत आलेला मला दिसला. मी कुत्सितपणे त्याला म्हटले,

''काय लिओ! काही भांडण झालं काय?''

''ते सगळं मागाहून सांगेन, पण आधी आपण रविवार फुकट घालवू या नको. चल आपण लांब कुठं तरी जाऊ!'' लिओ म्हणाला.

मला माहीत नव्हते की, सकाळी सहा ते रात्री आठपर्यंत वाटेल तेव्हा तासातासाच्या अंतराने लांब लांब जाणाऱ्या बसीस आपल्याला मिळतात. किंबहुना त्यावेळी सहज जाता जाता रविवार अगदी मजेने, अगदी नवीन रीतीने घालविण्याची कितीतरी साधने त्या ठिकाणी होती, त्यांची मला लिओकडून माहिती मिळाली. मीच केवळ माझ्या अभ्यासालयात ना काम, ना खेळ, अशा स्थितीत माझे रविवार फुकट घालवीत होतो.

समोरून आलेली एक बस आम्ही पकडली व सुमारे चाळीस-पन्नास मैल लांब असलेल्या ऱ्हाइनच्या काठी वसलेल्या एका गावी गेलो.

तेथे कित्येक इतर लोक होतेच. नदीत अंघोळ व पोहणे कित्येक करीत होते. तरुणतरुणींचे मजेने गाणारे तांडेच्या तांडे जणू काय आनंदाच्या समुद्रात पोहत होते. जवळचा एक डोंगर आम्ही चढलो. खूप फिरलो. 'फर'च्या झाडांच्या रांगांच्या रांगा, त्यातून फिरण्याला सुंदर पायवाटा, मधूनमधून दगडांचीच तात्पुरती बनविलेली बाके, इत्यादिकांनी ते फिरणे मजेशीर वाटत होते. एकीकडे वनश्रीचा आनंद, तर एकीकडे मधूनमधून मानवनिर्मित सुखसोयी. वनातील एका पानगृहात आम्ही बसलो. तेथे सुंदर नृत्य सुरू होते. मला 'इंडियन' म्हणून पाहिल्यावर काही जिज्ञासू लोक मजकडे आले. हिंदुस्थान-जर्मनीसंबंधी गप्पा निघाल्या. चहा, विनोद झाला. पुन्हा आम्ही पान केले. मी त्यावेळी अभ्यास, काळजी, लेक्चरे, इत्यादी सर्व विसरलो होतो. रात्री दहा वाजता आम्ही घरी आलो. झोप सुंदर आली. दुसरे दिवशी नवीन उत्साहाने कामाला सुरुवात केली.

मग दर आठवड्यासच मी शनिवारी संध्याकाळी चार वाजताच माझ्या रविवारला सुरुवात करीत असे. रविवारचा सबंध दिवस कधी फिरून, तर कधी गप्पा मारून,

खेळून किंवा सिनेमा, गाणे, इत्यादींसारख्या करमणुकीत मी घालवीत असे. मुख्य कटाक्ष प्रतिदिनचे काम विसरणे व नवीन स्थळ पाहणे यावर.

त्या योगाने मला एक नवीनच तत्त्व समजून आले की, आठवडाभर चांगले काम करण्याची किल्ली कशात असली, तर ती उत्तम रीतीने घालविलेल्या सुटीतच. बालपणी ज्याप्रमाणे मोठेपणाची कल्पना यावी, त्याप्रमाणे सबंध आठवड्याचे भविष्य रविवारवर सहज सांगता येते. चांगल्या गेलेल्या रविवारच्या भांडवलावर पुढील आठवड्याचा व्यापार मोठ्या सुखाने मला करता येऊ लागला. हे मला चांगले समजले. लिओ रविवारचा अभ्यास करण्यास का तयार नाही, एल्झा रविवारी जड पुस्तक का वाचण्यास तयार नाही व फुलेविकी म्हातारीसुद्धा रविवारी आपला धंदा का बंद करते आणि सगळेच लोक आपल्या Week-end करता एवढे का जपतात.

सगळ्यांचे इंगीत सुटीच्या जादूत आहे! सुटी म्हणजे सुटका. आपले ऑफिस आज आपल्याशिवाय बंद आहे, आपण ज्या सव्वादहाच्या लोकलने फोर्टमध्ये जातो, ती आपल्याशिवाय आज जाणार, ऑफिसच्या शिपायाचे आज दर्शन होणार नाही, पुस्तके कपाटात घोरत पडली आहेत, उशिरा उठायला आज हरकत नाही, इत्यादी सुटकेच्या, विश्रांतीच्या, सुखाच्या कल्पना ज्या दिवशी मनात वावरू शकतात, तोच सुटीचा दिवस आणि असा दिवस आठवड्यात एकदा न पाळणे म्हणजे एल्झा म्हणते, त्याप्रमाणे खरोखर अमानुष आहे. तो आपण पाळून दुसऱ्यांना त्याची संधीही दिली पाहिजे. मी म्हणतो, हा सुटीचा जिव्हाळा ज्याने जाणला, तोच दैवाचा पुतळा. त्यालाच सुखाची खाण लाभली!

✳

डॉ. श्री. स. भावे

वृत्तपत्र नसलेला देश

परिचय

कुशल लघुनिबंध-लेखकाला कुठलाही विषय चालू शकतो. याचे प्रत्यंतर र. गो. सरदेसायांच्या लघुनिबंधावरून येते. त्यांचा व्यवसाय पत्रकाराचा आहे. त्यामुळे संपादकीय खुर्चीवर बसून नवनव्या चित्रविचित्र बातम्या त्यांना वाचाव्या लागतात. साहजिकच या बातम्यांतून ते आपले लघुनिबंध निर्माण करतात. 'चलती नाणी' व 'कागदी विमान' हे त्यांचे दोन्ही लघुनिबंधसंग्रह चाळून पाहिले की, त्यांच्या स्फूर्तीचा उगम वृत्तपत्राद्वारे जगातल्या अजबखान्यातले जे निरनिराळे नमुने त्यांच्या दृष्टीला पडतात, त्यात आहे हे लगेच लक्षात येते, 'चलती नाणी'मधला 'बटने' हा पहिलाच लघुनिबंध पाहावा. परटाने त्यांच्या कोटाची बटने फोडून आणल्यामुळे अगर अशाच दुसऱ्या एखाद्या घरगुती अनुभवामुळे तो सुचलेला नाही. त्या लेखाचा आरंभच असा आहे - 'अलीकडेच मी एका इंग्रजी मासिकात एक लेख वाचला. अमेरिकेत हल्ली निरनिराळ्या प्रकारची बटने गोळा करण्याची टूम निघाली असून, एका बाईने तर बारा हजार बटनांचा संग्रह केला आहे!'

पंडित नेहरू सायकल वापरू लागले, मेजर नायडूंना पी. शांताराम नावाच्या बॉलरने अवघी एक धाव झाली असता बाद केले, अथवा गवतामध्ये 'डी' खेरीजकरून बाकीची सर्व व्हिटॅमिन्स असतात, अशी बातमी वृत्तपत्रात प्रसिद्ध झाली की, लगेच त्यांची कल्पना त्या वार्तांभोवती स्वैरपणे क्रीडा करू लागते. बहुश्रुतपणा व विनोदी दृष्टी यांच्यामुळे त्यांच्या अशा लेखनात किती खुसखुशीतपणा येऊ शकतो, याची कल्पना 'वृत्तपत्र नसलेला देश' या त्यांच्या निबंधावरून येईल. लघुनिबंध-लेखनाप्रमाणे सरदेसायांनी कथालेखनही केले आहे. शिवाय क्रीडाविषयक लेखनातले त्यांचं नैपुण्य नाव घेण्याजोगे आहे.

काही दिवसांपूर्वी मी वर्तमानपत्रात एक फार चमत्कारिक बातमी वाचली. तिबेटचे माजी मुख्य प्रधान श्री. सारंगशेप हे आपल्या पत्नीच्या औषधोपचारासाठी म्हणून कलकत्त्यास एक महिनाभर येऊन राहिले होते. परत स्वदेशी जाताना त्यांनी असोसिएटेड प्रेसच्या एका बातमीदाराला सांगितले की,

"जेथे एकही वर्तमानपत्र चालविण्यात येत नाही असा जगाच्या पाठीवरचा एकच देश आहे आणि तो म्हणजे तिबेट होय."

वर्तमानपत्रात पुष्कळदा मजेदार व कित्येकदा अविश्वसनीय वाटणाऱ्या बातम्यादेखील प्रसिद्ध झालेल्या मी वाचल्या आहेत. पण वरील बातमी वाचून मला जितके आश्चर्य वाटले, तितके आश्चर्य पूर्वी क्वचितच वाटले असेल!

आणि आश्चर्य वाटण्यासारखीच ही गोष्ट नाही काय? विसाव्या शतकात वर्तमानपत्र नसलेला एखादा देश पृथ्वीच्या पाठीवर असू शकेल, या बातमीवरच चटकन विश्वास बसत नाही. सुधारलेल्या जगात वर्तमानपत्र ही इतकी आवश्यक आणि अपरिहार्य बाब होऊन बसली आहे की, श्वासोच्छ्वासाइतकीच वर्तमानपत्राची माणसाला जरूर आहे, असे गृहीत धरण्यापर्यंत आपल्या मनाने दूरची भरारी नकळतच मारली आहे! मोठमोठ्या देशांची व राष्ट्रांची गोष्ट तर सोडाच, पण मोठमोठ्या शहरांत वर्तमानपत्र नसेल, तर ते शहर आपण शुद्ध रानटी समजू. देशाच्या राजधानीच्या व औद्योगिक व व्यापारी महत्त्वाच्या शहरी तर वर्तमानपत्रे दिवसातून कित्येकवेळा प्रसिद्ध होत असतात. सकाळ-संध्याकाळची वृत्तपत्रे आपल्या अंगवळणी पडलीच आहेत. वर्तमानपत्रांची आपली सवय आता इतकी अनावर झालेली आहे की, एखादे तरी पत्र वाचावयास न मिळाले, तर दिवस कसा चुकल्याचुकल्यासारखा वाटतो.

शहरोशहरीच काय, पण जिल्ह्याच्या व तालुक्याच्या गावीही, मोडकेतोडके का होईना, पण एखाद-दुसरे वर्तमानपत्र संसार थाटून बसलेले आढळते. सौभाग्यवतीला कुंकुमतिलकावाचून चारुता नाही, तशी गावाला वर्तमानपत्रावाचून शोभा नाही, अशी समजूत होण्याइतकी जगात वर्तमानपत्रांची प्रगती झाली असता, एक गाव नव्हे, तर सबंध देशच्या देश असा आहे की, जेथे एकही वर्तमानपत्र निघत नाही, ही केवढी आश्चर्याची गोष्ट!

- आणि तो देशही काही लहानसहान नव्हे. चार लक्ष त्रेसष्ट हजार चौरस मैल क्षेत्रफळाचा तिबेट देश आहे. तीस लाखांवर त्याची लोकसंख्या आहे. एवढ्या मोठ्या विस्तीर्ण देशात एकही वर्तमानपत्र नाही म्हणे! धन्य त्या तिबेटाची!

आकारमानानेच पाहिले, तर तिबेट हा देश फ्रान्स, जर्मनी, इटली किंवा इंग्लंड या पाश्चात्त्य राष्ट्रांहूनही मोठा आहे. हिंदुस्थानच्या एक-चतुर्थांशाहून तिबेट थोडा लहान आहे. एवढ्या अफाट देशात कसलेच वृत्तपत्र जगू नये, म्हणजे काय?

तेथल्या लोकांचे वर्तमानपत्र वाचल्यावाचून चालते तरी कसे?

ही बातमी वाचल्यापासून मी आपले मनाशी ठरवून टाकले आहे की, त्या महाभयंकर देशाच्या वाटेला आपण स्वप्नातसुद्धा जायचे नाही! वर्तमानपत्राच्या सहवासातून मला एक दिवसही नाही चैन पडायचे! एक दिवस सूर्यनारायण सकाळी उगवण्याचे विसरून गेला, तरी माझे नाही तितकेसे अडणार (उलट, रात्र अजून संपलीच नाही, असे समजून मी खुशाल मऊमऊ दुलईत डोके खुपसून मजेत राहीन), पण सकाळचे वर्तमानपत्र जर माझ्या खोलीत पडले नाही, तर आपले घोडे अडलेच दिवसभर! माझ्या आयुष्यात सकाळी मला साखरझोपेतून उठविण्याचे कार्य सूर्याच्या सहस्रकरांनादेखील कधी साधलेले मला आठवत नाही. लहानपणी मला जागृती येई, ती आईचा प्रेमळ हात पाठीत प्रसादपूर्वक फिरू लागल्याने! मोठेपणी मला झोपेतून जागे करण्याचे कार्य माझ्या खोलीत पडलेल्या वर्तमानपत्राच्या आवाजानेच केले आहे.

मलाच काय, पण लोकांनाही जागृत करण्याचे कार्य वर्तमानपत्राइतके दुसऱ्या कोणास साधत असेल, असे मला तरी वाटत नाही. निद्रेतून असो की, अज्ञानातून असो, लोकांना जागे करण्यात वर्तमानपत्रांचा हातखंडा आहे. माझे डोळे कितीही निद्राजड झालेले असोत, समोर ताजे वर्तमानपत्र दिसले की, उडालीच ती डोळ्यांवरची झापड. चर्मचक्षूंप्रमाणेच माणसाच्या मनश्चक्षूंनासुद्धा जाग आणण्यात वर्तमानपत्रे सर्वदा आणि सर्वत्र यशस्वीच ठरलेली आहेत. असा देश, प्रांत किंवा गाव क्वचितच दाखविता येईल की, जेथे वर्तमानपत्र निघत असूनही, लोक अज्ञानात घोरत पडले आहेत. झोपी गेलेल्यांनाच काय, पण झोपेचे सोंग आणणाऱ्यांनादेखील वर्तमानपत्र ताबडतोब जागे करून हातपाय हलविण्यास भाग पाडते.

तिबेटमधील दलाई लामाच्या प्रजाजनांना कोणत्याच प्रकारच्या जागृतीची किरणे दिसत नसली, तरी त्यात नवल वाटायला नको. वर्तमानपत्र ज्या देशात नाही, तेथे कसले जीवन आणि कसली जागृती! वर्तमानपत्र हेच सर्व चळवळीचे व चैतन्याचे अधिष्ठान आहे. वर्तमानपत्राच्या आजच्या प्रभावी जमान्यात श्रीसमर्थ रामदासस्वामी झाले असते, तर त्यांनी आपल्या 'सज्जनगड-समाचार' पत्रात लिहिले असते की,

'सामर्थ्य आहे चळवळीचे । जो जो करील तयांचे ।।
परंतु तेथे वर्तमानपत्राचे । अधिष्ठान पाहिजे ।।

भगवंताची जागा विसाव्या शतकात वर्तमानपत्राने घेतली आहे. 'स्थिरचल व्यापुनि दशांगुळे' उरणाऱ्या भगवंताचे ते 'रेकॉर्ड' वर्तमानपत्रांनी कधीच मोडले आहे! उलट, जेथे भगवंतसुद्धा जाऊ शकणार नाही, अशा ठिकाणीही प्रवेश

करण्यास वर्तमानपत्रांना दिक्कत वाटत नाही. सर्व व्यक्तींच्या पापपुण्याचा जमाखर्च लिहिणाऱ्या चित्रगुप्ताच्या कार्याचे महत्त्व व त्यातील अचाट अद्‌भुतरम्यता वर्तमानपत्रे निघाल्यापासून पार नाहीशी झालेली आहे.

भगवंताचे विश्वव्यापित्व आणि चित्रगुप्ताचे सर्वदर्शित्व यांच्या जोडीला वर्तमानपत्रांच्या अंगी नारदाचा कळलावेपणाचा गुणही दिसून येतो. मनुष्य हा माकडापासून उत्क्रांत झाला असल्यामुळे केव्हा केव्हा तो मर्कटचेष्टा करून आपला पूर्वजांचा लागाबांधा जपून ठेवण्याचा प्रयत्न करताना दिसतो. तद्वत पुराणकाळाच्या नारद या संस्थेचेच सर्वसंचारी उत्क्रांत स्वरूप म्हणजे आजची वर्तमानपत्रे होत, असा शोध काही विद्वानांना झालेला आहे. त्याचा खरेपणा पटविण्यापुरतेच वर्तमानपत्रांनी नारदाच्या कळलावेपणाशी नाते जोडलेले असावे, असा माझा तर्क आहे.

वर्तमानपत्राचे वाचन हे एक न सुटणारे व्यसन आहे. चहा, विडी वगैरे व्यसनांचा माणूस थोड्या-फार मनोनिग्रहाने त्याग करू शकेल, पण वर्तमानपत्र वाचण्याचे व्यसन एकदा माणसाला जडले की, त्या वेडापासून त्याची सुटका नाही आणि गंमत ही की, ती सुटका व्हावी, अशी कोणाही शहाण्याची कधीही इच्छा नसते. या व्यसनाची अशी गंमत आहे की, उपभोगाने त्याची तहान वाढतच जाते, इतर व्यसनांप्रमाणे वीट येत नाही. अधाशासारखे मिळेल ते वर्तमानपत्र वाचणारे लोक मी पाहिले आहेत.

नित्य नवा नखरा हा वर्तमानपत्रांचा प्राण असतो व त्यामुळेच त्यांना अवीटपणा प्राप्त झाला आहे. नवा खेळ, नवा पोशाख, नवी सीनसीनरी नाटक-कंपन्या वर्ष-सहा महिन्यांनी बाहेर काढतात. वर्तमानपत्रे रोजच नव्या बातम्या, नवे चूषविषय, नवीन चित्रे यांची सजावट करीत असतात. काही वर्तमानपत्रे तर इतकी नावीन्याच्या आहारी गेलेली असतात की, स्त्रियांच्या शृंगाराप्रमाणे मतांचा रोज नवा थेर करणे, म्हणजेच नवमतवादाचा बेंडबाजा वाजविणे भूषणास्पद होय, अशी त्यांची कल्पना दिसते.

वर्तमानपत्रे ही एका दृष्टीने पाहिली, तर घरचे खाऊन लष्कराच्या भाकऱ्या भाजणारी वाटतात. जगात कोठे काही घडो, त्यावर आपली याची मल्लिनाथी आहेच! जगातल्या कोठल्या कोनाकोपऱ्यात घडलेल्या गोष्टीशी तसे पाहिले तर माझा काय संबंध पोहोचतो? पण या वर्तमानपत्रांनी सर्व जगातल्या घडामोडी छापून वाचकवर्गात एकप्रकारचे विश्वबंधुत्वाचे नवे नाते निर्माण केले आहे. आपल्या शेजारच्या घरात कोण राहतो, तो काय करतो, या प्रश्नांबाबत पूर्ण उदासीन राहणारा वर्तमानपत्रांचा वाचक पेटसामो, व्हिपुरी आणि हेलिगोलँड येथील परिस्थितीने विव्हळ होतो. मि. सम्नर वेल्स यांच्या दौऱ्याच्या फलश्रुतीबद्दल तो उत्सुकता दाखवतो, सिंध मंत्रिमंडळाच्या भवितव्याबद्दल चिंता बाळगतो, याचे सकृद्दर्शनी

नवल वाटते. हजारो मैल दूर असलेले देश ज्याप्रमाणे नकाशा समोर ठेवला, म्हणजे एकमेकांच्या जवळ आल्याचा डोळ्यांना भास होतो, तद्वत वर्तमानपत्र समोर धरले की, वाचक आपले व्यक्तित्व विसरून जातो व क्षणकाल विश्वबंधुत्वाच्या वरच्या पायरीवर जाऊन सर्व घडामोडींचा आत्मौपम्यबुद्धीने विचार करू लागतो.

माणसाच्या आयुष्याला गोडी व लज्जत आणण्याचे काम वर्तमानपत्राइतके दुसऱ्या कोणास साधत असेल की काय, याची मला शंका आहे. तिबेटमधील लोकांचे जीवन या दृष्टीने खरोखरीच कीव करण्यासारखे वाटते मला तरी. जागतिक घडामोडींशी या लोकांचा बातम्या वाचण्यापुरतादेखील संबंध येत नसेल, तेथे त्याबाबत स्वतःचे मत व्यक्त करणे तर दूरच. किती अभागी लोक तिबेटचे! वर्तमानपत्र नसल्याने तेथील पुढाऱ्यांचे फोटो आणि मुलाखती कोण छापीत असेल? कुठल्याही लहानमोठ्या घडामोडींवर सकाळ-संध्याकाळ लांबलचक पत्रके प्रसिद्ध करण्याचे भाग्य तिबेटच्या एकाही पुढाऱ्याच्या अंगी नसावे, ही केवढी खेदाची गोष्ट आहे.

वर्तमानपत्र नसलेला देश म्हणजे चैतन्यहीन कुडी. वर्तमानपत्रे नसतील, तर देशात चळवळी नाहीत, पुढारी नाहीत, प्रामाणिक मतभेद नाहीत व त्या गोजिरवाण्या बुरख्याआडून चालणारे गालिप्रदानही नाही! वर्तमानपत्रे नाहीत, म्हणजे सत्याचे अभिनव प्रयोग नाहीत, बुवाबाजीच्या जाहिराती नाहीत, अब्रुनुकसानीचे खटले नाहीत. वर्तमानपत्रे नाहीत, म्हणजे त्यात येणारे मूर्खपणाने भरलेले बायकांचे पान नाही की, पाश्चात्त्य वर्तमानपत्रांतील उत्तान शृंगाराची चित्रे व लेख यांची उष्टी प्रतिकृती नाही. वर्तमानपत्र नाही, म्हणजे जीवनात राम नाही. विस्तीर्ण व स्वतंत्र देश असूनही तिबेट हा हिंदुस्थानातील एखाद्या संस्थानापेक्षाही मागासलेला देश आहे, याचे कारण तेथे वर्तमानपत्राचा अभाव आहे, हेच असले पाहिजे.

वर्तमानपत्र नसल्यामुळे तिबेटी लोक करमणुकीच्या एका अव्वल दर्जाच्या साधनास मुकले आहे, त्यात मला तरी संशय वाटत नाही. मार्क ट्वेन या विख्यात अमेरिकन विनोदी लेखकाची एक गोष्ट कुठेतरी वाचल्याचे मला आठवते. मार्क ट्वेन हा प्रसिद्ध पुरुष झाल्यावर त्याच्या हालचाली वर्तमानपत्रांत छापून येऊ लागल्या व ठिकठिकाणी त्याच्या मुलाखती घेण्यासाठी स्थानिक वार्ताहरांच्या झुंडीच्या झुंडी येऊ लागल्या. आपण दिलेल्या आणि छापून आलेल्या मुलाखतींत पडणारे विलक्षण अंतर पाहून ट्वेन इतका कंटाळून गेला की, पुढे कोणालाच मुलाखत न देण्याचे त्याने ठरविले.

त्यानंतर एकदा तो स्वतःच्या जन्मगावी गेला असता तेथील पत्राचा एक वार्ताहर सकाळीच त्याच्या मुलाखतीसाठी आला, मार्क ट्वेन त्यावेळी बिछान्यात लोळत पडला होता. त्याने प्रथम नकारच दिला; परंतु जन्मगावच्या पत्राची निराशा

न करण्याबद्दल त्या वार्ताहराने विनविल्यावरून ब्याद टाळण्यासाठी मार्क ट्वेनने त्याला 'विचार, काय हवं ते' असे सांगितले. वार्ताहराने विचारले,

"तुमच्या आयुष्यातील सर्वांत आनंददायक प्रसंग कोणता?"

"अब्राहम लिंकनची स्मशानयात्रा!" मार्क ट्वेनने पूर्ण बेफिकिरीने उत्तर केले.

त्यावर तो वार्ताहर चकित होऊन म्हणाला,

"पण तेव्हा तर तुमचा जन्मसुद्धा झाला नव्हता की!"

हे ऐकताच मार्क ट्वेनने चटकन अंथरुणातून उडी मारून त्या वार्ताहराशी हस्तांदोलन करून म्हटले,

"शाबास, मजकूर वर्तमानपत्रात छापून येण्यापूर्वीच त्यातील चूक शोधून काढणारा तू पहिलाच वार्ताहर मला मिळालास!"

मार्च महिन्याच्या आरंभी मि. पेटरब्रूम यांनी कलकत्ता रेडिओ स्टेशनवरील एका व्याख्यानात खालील गोष्ट सांगितली :

जागतिक वार्ताहर-परिषद संपवून काही वार्ताहर स्वदेशी परत जात होते. बोटीने दोन दिवस प्रवास केल्यावर त्या वार्ताहरांपैकी एकजण वाटेत मृत्यू पावला. बोटीवर प्रेत असणे हे खलाशी लोक अशुभ मानतात, हे प्रसिद्धच आहे. म्हणून बोटीच्या कप्तानाने बोटीवरील सुताराला सांगितले की, 'रात्री ४७ नंबरच्या केबिनमध्ये जा व तेथले प्रेत शिडाच्या कापडात गुंडाळून समुद्रात सोड.'

दुसरे दिवशी सकाळी सुताराने कप्तानाला वर्दी दिली की, सांगितल्याप्रमाणे ५७ नंबरच्या केबिनमध्ये जाऊन प्रेताची विल्हेवाट लावली.

हे ऐकून कप्तान स्तंभितच झाला व म्हणाला,

"मी तुला ४७ नंबरची केबिन सांगितली असता तू भलत्याच केबिनमध्ये जाऊन काय घोटाळा केलास हा?"

तेव्हा सुताराने उत्तर केले,

"मोठाच चमत्कार म्हणायचा! तो प्राणी सारखा ओरडत होता की, आपण जिवंत आहोत म्हणून! पण साहेब, ही वर्तमानपत्रांतली माणसं. यांच्या बोलण्यातील एका अक्षरावरदेखील कुणी विश्वास ठेवू नये!"

★

श्री. र. गो. सरदेसाई

घरी परत

परिचय

प्रो. वि. द. साळगावकर हे मूळचे कोकणातले आहेत, हे 'किनाऱ्यावर' या त्यांच्या लघुनिबंधसंग्रहाच्या नावावरूनसुद्धा वाचकांच्या लक्षात येईल. साळगावकर इंग्रजी वाङ्मयाचे चांगले जाणकार आहेत. बर्ट्रांड रसेलच्या निवडक निबंधांचे त्यांनी संपादित केलेले पुस्तक याबाबतीतला त्यांचा अधिकार दर्शवू शकेल. वरच्या दर्जाच्या टीकाकाराला आवश्यक असणारे रसिकता, मार्मिकता व वाङ्मयाचा गाढ व्यासंग हे गुण साळगावकरांच्या अंगी आहेत. मात्र त्यांनी विशेष टीकालेखन केले नसल्यामुळे त्या नात्याने ते सर्वसामान्य वाचकवर्गाला परिचित नाहीत.

तथापि, 'किनाऱ्यावर' हा त्यांचा लघुनिबंधसंग्रहही त्यांचे हे गुण दाखविण्याला समर्थ आहे. ज्याने अनेक उत्कृष्ट पुस्तके मोठ्या रसिकतेने वाचली आहेत, इतकेच नव्हे, तर अशा पुस्तकांतली सुरम्य स्थळे पुनःपुन्हा मनात घोळविण्यात ज्याला आनंद वाटतो, निसर्गाकडे आणि जीवनाकडे विवेकी दृष्टीने पाहण्याची ज्याची प्रवृत्ती आहे, जो भावनेत वाहून जाणार नाही, पण भावनेला पारखाही होणार नाही, अशा सद्‌गृहस्थाचे दर्शन आपल्याला त्यांच्या लघुनिबंधात होते.

त्या सायंकाळचे ते रम्य चित्र मी केव्हाही विसरणार नाही. तो सूर्यास्ताचा समय होता आणि मी एकटा सिंधुदुर्गाच्या समोरच एका खडकावर बसून त्या वेळचे सुंदर दृश्य पाहत होतो. पश्चिमेच्या बाजूला सूर्यदेव अगदी लाललाल होऊन घाईघाईने सागरामध्ये उतरत होता. मला वाटले की, घरची देवी रागावेल, अशी भीती वाटल्यामुळे ही स्वारी अगदी गर्दीने घरी परत चालली आहे. इतक्यातच वर आकाशातून केवढा तरी किलबिलाट माझ्या कानी आला. मी वर पाहिले, तो कावळे, पारवे, पोपट वगैरे पक्ष्यांचे थवेच्या थवे मोठ्या आनंदाने गान करीत

सिंधुदुर्गाकडे चालले होते. सिंधुदुर्ग म्हणजे त्या पक्ष्यांचे नंदनवनच! त्याच्या पवित्र कृपाछत्राखाली तेथील झाडांतून हे सारे पक्षी राहत आणि सायंकाळी किल्ल्यातील आपल्या वसतिस्थानाकडे परत जात.

आज समुद्रावरून जोराचा वारा वाहत होता, त्यामुळे त्या दुर्बल पक्ष्यांना समुद्रावरून उडणे कठीण होत होते. मधूनमधून त्यातील काही पक्षी वाऱ्याच्या जोराने पतंगाप्रमाणे फेकले जात आणि काही काही तर थकल्यामुळे समुद्राच्या पाण्याच्या इतक्या जवळून उडत की, खाली तोंड वासून ओरडणाऱ्या रागीट लाटांच्या मुखात ते पडतात की, काय अशी भीती वाटे. शेवटी समुद्र ओलांडून तो पक्षिवृंद एकदाचा किल्ल्यावर पोहोचला आणि मग सिंधुदुर्गाच्या प्रचंड तटावर बसून त्याने एकच किलबिलाट करून सोडला. तो ऐकून कोणालाही असे वाटले असते की, घरी सुरक्षितपणे पोहोचल्याबद्दल हे पक्षी परमेश्वराला धन्यवाद देत आहेत. इतक्यात एक मोठी होडी वाऱ्याने भरलेल्या आपल्या छोट्या शिडाच्या जोरावर एखाद्या जलचर सापाप्रमाणे पाणी कापीत तरतर माझ्या समोरून निघून गेली. तिच्या एका टोकाला एक कोळी सुकाणूवजा एक लहानसे वल्हे घेऊन पाय ताणून पडला होता. एक सुंदरसे गाणे गात सागराच्या पोटची रुपेरी संपत्ती लुटून घेऊन हा वीरगडी एखाद्या राजाप्रमाणे घरी परत चालला होता. त्याच वेळी क्षितिजाच्या एका बाजूने मासे धरण्याकरिता दूरवर समुद्रात गेलेल्या होड्या एखाद्या आरमाराप्रमाणे डोलत डोलत किनाऱ्यावर परत येत होत्या. हे सारे दृश्य पाहिल्याबरोबर माझे हृदय अवर्णनीय शांतीने आणि आनंदाने भरून गेले. मी पुष्कळ दिवसांनी नुकताच घरी परत आलो होतो. हे दृश्य म्हणजे घरी मला लाभलेल्या पहिल्या गोड आनंदाचे पुनरुज्जीवन होते, असे म्हणावयास हरकत नाही.

घरची आठवण झाल्याबरोबर कोणाचे हृदय हलत नाही? यशवंत कवींनी वर्णन केल्याप्रमाणे मातृप्रेमाच्या अगर प्रियजनांच्या स्मृतीने कोणाचे मन हळुवार होत नाही? मनुष्य कितीही क्रूर, स्वार्थी वा दुष्ट असो, त्याला आपल्या घरची स्मृती झाल्याबरोबर त्या ठिकाणी नांदणाऱ्या अनुपमेय सुखाची आणि आनंदाची जाणीव होऊन, क्षणभर का होईना, त्याचे मन प्रसन्न झाल्यावाचून राहत नाही. 'माझे घर' या शब्दाबरोबर अनेक मधुर दृश्ये त्याच्या दृष्टीसमोर नाचू लागतात आणि नाजूक भावना मनामध्ये गाऊ लागतात. कारण गृह हे सर्व प्रकारच्या आनंदाचे, स्वास्थ्याचे आणि प्रेमाचे अधिष्ठान आहे आणि गृहसौख्याचा पाया प्रेमाच्या निःस्वार्थीपणाच्या आणि आपलेपणाच्या वज्रमय खडकावर रचलेला आहे. यामुळे एखाद्या भणंग भिकाऱ्याला त्याच्या चंद्रमौळी खोपटात जे सुख मिळते, तेच एखाद्या लक्षाधीशाला त्याच्या वैभवपूर्ण प्रासादात लाभत असते. इतकेच नव्हे, तर घराच्या प्रत्येक

विचारातदेखील एक प्रकारचा खेदमधुर असा आनंद प्राप्त होत असतो. नैर्ऋत्येकडील वाऱ्याची एक झुळूक लागताच मंत्रमुग्धाप्रमाणे होऊन केशवसुत कवींना स्वत:चा विसर पडतो आणि त्याबरोबर कोकणच्या रम्य भूमीतील आपल्या टुमदार घराचे, त्याच्या सभोवतालच्या स्वच्छ व हिरव्यागार परसवाचे आणि त्या घरात नांदणाऱ्या आपल्या कुटुंबाचे मोहक चित्र त्यांच्या डोळ्यांसमोर उभे राहते. 'तो येतो मम मातृभूमिवरुनी' असे म्हणून ते मोठ्या प्रेमाने नैर्ऋत्येकडच्या वाऱ्याचे स्वागत करतात आणि त्याच्या सुखस्पर्शाने पुलकित होऊन आपल्या प्रियजनांच्या सहवासाचा कल्पनारम्य आनंद भोगू लागतात.

यामुळे घरी परत जाण्याचा विचार नेहमीच सुखकर असतो. एखादा मातृविहीन बाळदेखील वर्गाच्या पंतोजींच्या गुलामगिरीतून सुटल्याबरोबर फुलपाखराप्रमाणे घराकडेच उडत जातो. घरी गेल्याबरोबर घरची कैकेयी खाऊऐवजी शिव्याशाप अगर मार देईल, अशी भीतीदेखील त्याच्या मनाला फारशी शिवत नाही. सारा दिवस टेबलाशी आणि कागदाशी एकजीव झाल्यामुळे निस्तेज दिसणारा कारकूनदेखील ऑफिसच्या गुलामगिरीतून सुटून घरच्या एकछत्री साम्राज्यात गुलाम म्हणून राबण्यास उत्सुक असतो. अगदीच मंदगतीने चालणाऱ्या भिंतीवरील घड्याळाने स्वातंत्र्यदर्शक टोला मारताच कोटटोपी चढवून इकडेतिकडे न पाहता तो सरळ घरचा रस्ता धरतो. इतकेच नव्हे, तर सकाळीच घरच्या राणीकडून करण्यात आलेल्या कसल्या तरी मागणीची जड आठवण आणि आपल्या हलक्या खिशाची कटू जाणीव होत असताही त्याच्या त्या उत्सुकतेवर आणि आनंदावर विरजण पडू शकत नाही. कारण मनुष्य हा स्वत:च्या घरात गुलाम असला, तरी मनाचा राजा असतो. आपल्या गोड अधिकाराची आणि स्वातंत्र्याची त्यास पुरी जाणीव असते. अंगातील जो नैसर्गिक अहंभाव आणि ममत्व, त्याचे सारे जीवन व वाढ 'माझे, माझे घर' या कल्पनेवरच होत असते.

मला वाटते की, याच कारणाने कित्येक गृहस्थ घरी आल्याबरोबर अगदी रागावल्यासारखे आणि चिडल्यासारखे दिसत असतात. माझ्या एका स्नेह्याचा असला स्वभाव आहे. एकदा त्याने मला मुद्दाम मोठ्या आग्रहाने बोलावून नेले; परंतु घरात पाऊल ठेवल्याबरोबर त्याचा नेहमीचा विनोदी व मृदू स्वभाव मावळला. तो एखाद्या सुलतानासारखा वागू लागला. आम्ही त्याच्या घरी गेलो, तेव्हा त्याची एक छोटी गोड मुलगी बाहेरच खेळत होती. आम्हाला पाहताच ती पळून आत जाऊ लागली. इतक्यात 'सुधा, इकडे ये' अशी तिच्या वडिलांनी गर्जना केली. त्याबरोबर दचकून ती अशा रीतीने त्याच्याजवळ येऊन उभी राहिली की, कोणालाही वाटले असते, एखादा गुन्हेगार फाशीची शिक्षा फर्मावीत असलेल्या न्यायाधीशासमोरच उभा आहे. माझ्या या मित्राचे आपल्या पत्नीवर अगर मुलावर प्रेम नाही, असा मात्र

त्याचा अर्थ नाही. तो त्यांचे नेहमी कोडकौतुक करतो आणि आपल्या पत्नीच्या गुणांचे वर्णन करीत असतो; परंतु त्याच्या या चमत्कारिक वागणुकीच्या बाबतीत मला असे वाटते की, बहुतकरून घरात पाऊल ठेवताच त्याच्या अंगातील धनीपणाची वृत्ती जागृत होते आणि त्यापुढे त्याच्या कोमल भावना प्रकट होऊ शकत नाहीत किंवा तिच्या त्या कर्कश भेरीपुढे मनाच्या प्रेमळ वृत्तीचे सारे संगीत ऐकू येईनासे होते.

रे. टिळक यांनी म्हटल्याप्रमाणे प्रीती ही ममत्वाच्या आळ्यात लावलेली व विरहाच्या उन्हाने आणि अश्रूंच्या जलाने वाढणारी एक वेल आहे. यामुळे फार दूर किंवा परदेशांत गेलेल्यांना आपल्या घराबद्दल आणि तदनुषंगाने आपल्या गावाबद्दल अगर प्रांताबद्दल विशेष प्रेमादर वाटू लागतो. त्यांच्या गृहाची आणि प्रेमाची मर्यादा विस्तृत होऊ लागते आणि मनाचा आकुंचितपणा नाहीसा होतो. गुजरातमध्ये 'आमचे कोकण' असे म्हटल्याबरोबर माझ्या मनात ज्या भावना उत्पन्न होतात, त्या मुंबईसारख्या कोकणानजीकच्या ठिकाणी होत नाहीत. इटलीसारख्या नंदनवनात देखील आपल्या आंग्लभूमीत वसंतावतार झाला आहे, असा विचार मनात येताच ब्राउनिंग कवीचे मन अधीरतेने नाचू लागते आणि ''Oh, to be in England, now that Spring is there!'' असे उद्गार सहजस्फूर्तीने त्याच्या मुखावाटे बाहेर पडतात. ब्राउनिंग काही झाले, तरी वाटेल तेव्हा इंग्लंडात परत जाण्यास स्वतंत्र होता; परंतु ज्या तेजस्वी तरुणांना आपल्या देशभक्तीमुळे स्वभूमी पारखी झाली आहे, त्यांना स्वदेशाचे, स्वगृहाचे आणि स्वबांधवांचे चिंतन करताना किती दु:ख आणि उत्कंठा वाटत असेल, त्याचे वर्णन करता येणार नाही. एखाद्या कारागृहाच्या प्रचंड भिंतीप्रमाणे दुस्तर वाटणाऱ्या सागराकडे पाहून त्यांच्या नेत्रांत अश्रू येत असतील, या निष्ठुर सागराला आपली दया आल्याखेरीज आपल्याला सस्यशामला भूमीचे दर्शन होणार नाही असे वाटल्याबरोबर अगदी कळवळून 'ने मजसी ने परत मातृभूमीला । सागरा, प्राण तळमळला ।।' असे उद्गार त्यांच्या मुखातून बाहेर पडत असतील, यात नवल नाही. खरे पाहिले, तर ज्या असंख्य नरवीरांनी स्वदेशाकरिता परक्षेत्रात देहार्पण केले आणि ज्यांना स्वभूमीचे, गृहाचे आणि बांधवांचे गोड स्मरण करीत असताना मृत्यू आला, त्यांनीच घर या नावाला व कल्पनेला एकप्रकारचा देवपणा आणलेला आहे, यात शंका नाही. इतर कोणाहीपेक्षा 'माझे घर' असे म्हणण्याचा पहिला अधिकार त्यांचा आहे! आणि त्यांच्याच तोंडी हे उद्गार जास्त शोभतात.

परंतु मनुष्य लहान-मोठा, पराक्रमी-अपराक्रमी कसाही असो, पुष्कळ दिवसांनी घरी गेल्याबरोबर त्यास विशेष आनंद आणि उत्साह वाटत असतो, यात शंका नाही. ज्याच्या सावलीत आपण लहानाचे मोठे झालो, त्याच घरात जाऊन जुन्या

काळच्या सुखाच्या स्मृतींची मेजवानी भोगण्यात आपणास मोठे सुख वाटत असते. आपण अगदी कृतज्ञता बुद्धीने त्या ठिकाणी जातो परंतु आपले घर एखाद्या ममताळू पुराणपुरुषाप्रमाणे प्रेमळ दृष्टीने आपल्याकडे पाहत असते. कारण आपल्या पूर्वजाचाही पुराणपुरुष तोच! त्यामुळे त्याची स्मृतीदेखील आपल्याला अगदी पूज्य अशीच वाटत असते. घरातील देवदेखील आपल्याकडे प्रेमदृष्टीने पाहू लागतात. आपण घरात गेलो की, तेथील अनेक लहानसहान वस्तू कित्येक जुन्या प्रसंगांची आठवण करून देतात. पण ही स्मृती नेहमीच गोड असते, असे नाही. आपल्या दिवंगत प्रियजनांची पुसट चित्रे कित्येक वस्तूंवर उमटलेली असतात. ती 'माझ्याकडे पाहा. मला विसरू नकोस' असे आपल्याला केविलवाण्या स्वराने सांगत आहेत, असे आपल्याला वाटत असते. पुष्कळदा आपल्याला बाल्याशी अगदी निगडित झालेल्या एखाद्या जुन्या स्थळाचे दर्शन झाल्याबरोबर भूतकाळचा सारा अद्भुतरम्य चित्रपट आपल्या मन:पटलासमोर उभा राहतो.

मात्र ही जीवितयात्रा संपवून आपले जे खरे घर - ज्याला कोणी देवाचे घर म्हणतात - तिथे जाताना मानवाची अतिशय त्रेधा उडत असते. पती व मुलेबाळे यातच गुंगून माहेरास विसरलेल्या एखाद्या स्त्रीप्रमाणे मनुष्यप्राणी संसारात इतका गुरफटून गेलेला असतो की, या वरच्या माहेराचा विचारच त्याच्या मनास शिवत नाही. त्यामुळे जेव्हा तो गमनाचा काळ येऊन ठेपतो, त्यावेळी तो दचकून जागा होतो; परंतु यात त्यास दोष देण्याचे काहीच कारण नाही. धर्माने आणि साधुसंतांनी कितीही कंठशोष करून स्वर्गाचा मार्ग दाखवून दिला, तरी हे जीवित टाकून, या केवळ कल्पनारम्य स्वर्गाचा मार्ग धरणे त्याला अशक्यच असते. आपण आपले इहलोकीचे कर्तव्य केले आहे, अशी पूर्ण जाणीव त्याला असते, तो या लोकांतून अन्यत्र कुठेही जाण्यास डरत नाही. तुकारामाप्रमाणे तो प्रशांत वृत्तीने सर्वांना 'आम्ही जातो अमुच्या गावा । अमुचा राम राम घ्यावा ॥' असे सांगतो. तो हसतच येथून निघून जातो. कविवर्य टागोरांनी गीतांजलीत वर्णन केल्याप्रमाणे, 'माझ्या प्रिय मित्रांनो, या प्रयाणकाळी माझे शुभचिंतन करा. हे आकाश पाहा, अरुणोदयाने लाल होऊन गेले आहे. माझा मार्ग तर समोर अगदी स्पष्टपणे दिसत आहे. मी बरोबर काय नेत आहे, याची मात्र पृच्छा करू नका. रिते हात, उत्कंठित हृदय याखेरीज मी प्रवासात नेणार तरी काय? पण माझा प्रवास पुरा झाला की, सायंतारा चमकू लागेल आणि देवदेवाच्या महाद्वारातून स्वर्गीय संगीत ऐकू येईल', अशा थोर आशावादानेच तो या जगाचा निरोप घेतो.

✴

प्रा. वि. द. साळगावकर

मूर्तिभंजक

परिचय

बा. भ. बोरकर हे तरुण पिढीतले कुसुमाग्रजांच्या जोडीचे श्रेष्ठ व लोकप्रिय कवी आहेत. त्यांची प्रकृती मुख्यत: कवीची आहे. पण या कवित्वाशी जुळणारे, त्याचाच निराळ्या रूपाने आविष्कार करणारे गद्यलेखनही त्यांनी केले आहे. 'मावळता चंद्र' व 'अंधारातील वाट' या त्यांच्या दोन वाचनीय कादंबऱ्या होत. अलीकडे ते लघुनिबंध लिहीत नसले, तरी दहा वर्षांपूर्वी त्यांना ते क्षेत्र मोठे प्रिय वाटत असावे, असे दिसते. त्यावेळी त्यांनी लिहिलेल्या लघुनिबंधांचा संग्रह 'कागदी होड्या' या पुस्तकात केलेला आहे. हा संग्रह वाचणाऱ्याला बोरकरांच्या कवित्वशक्तीचा तर प्रत्यय येतोच, पण कवित्वाबरोबर तत्त्वचिंतनाचाही गुण त्यांच्या अंगी मोठ्या प्रमाणात आहे, अशी त्याची खात्री होते. 'मखमली ठिगळे', 'पूर्णतेची तहान', 'दु:खाचा शोध', इत्यादी त्यांचे निबंध या गुणांचे दर्शक आहेत.

बोरकरांनी निबंधलेखनात काणेकरांचे अनुकरण केले नसले, तरी त्यांच्या लघुनिबंधाचा घाट थोडासा काणेकरांसारखाच आहे. काणेकरांपेक्षा बोरकरांच्या लघुनिबंधात काव्य अधिक आहे. विनोद मात्र त्या मानाने फार कमी. 'गोल्ड फ्लेक'सारख्या एखाद्याच लघुनिबंधात त्यांचा मनमोकळा विलास आपल्याला पाहायला मिळतो. काणेकर समाजातल्या ढोंगासोंगांवर हल्ला चढवितात, तर बोरकर जीवनातल्या दंभांचे दिग्दर्शन करतात. दोघांचे निबंध सारखेच सुटसुटीत व विचारप्रवण वाटतात. कुठल्याही क्षेत्रातून कर्तबगार माणसे अकाली निवृत्त झाली, तर त्या क्षेत्राची हानी झाल्याशिवाय राहत नाही. मराठीतल्या लघुनिबंधाची सद्यस्थिती लक्षात घेता बोरकरांनी लघुनिबंधलेखन चालू ठेवायला हवे होते, असे वाटते. 'मूर्तिभंजक' हा त्यांचा खाली दिलेला लघुनिबंध त्यांची अंतर्मुख व तत्त्वचिंतक वृत्ती किती प्रभावी आहे, याची कल्पना आणून देण्याला समर्थ आहे.

'गझनीचा महम्मूद' हा धडा शिकवून मी नुकताच घरी परतलो होतो, पण अजूनही माझ्या मनश्चक्षूंपुढून त्याच्या रोमहर्षक चरित्रातली विविध दृश्ये जागत्या रंगांनी तरळत होती.

गझनीच्या उजाड व अफाट पठारांवरून उंटांच्या लांबच्या लांब रांगा सारख्या सरकत आहेत, त्यावर आरूढ झालेल्या त्या गोष्टीवेल्हाळ अरब व्यापाऱ्यांना तो चिमुकला महम्मूद आग्रहाने थांबवीत आहे, ते त्याला निरनिराळी रेशमी वस्त्रे व बहुमोल जडजवाहीर दाखवीत हिंदुस्थानच्या देदीप्यमान वैभवाच्या सोन्यारुप्याच्या, हिरेमाणकांच्या खाणींच्या व रत्नजडित देवमंदिरांच्या अद्भुतरम्य नवलकथा सांगत आहेत आणि अधीरपणे एवढा वेळ ऐकत असलेला तो महम्मूद खिन्न मनाने, पण जागृत महत्त्वाकांक्षेने दिग्विजयाचे असंख्य मनोरे उभवीत रात्रीच्या रात्री जागत घालवीत आहे, असे चित्र माझ्या नजरेपुढून सरकून गेले.

पण त्या चित्राच्या मागोमाग दुसरे चित्र माझ्या नजरेपुढे उभे झाले.

आता तारुण्याच्या व महत्त्वाकांक्षेच्या धुंदीने बेहोश झालेला महम्मूद आपल्या धिप्पाड व दणकट अफगाणांची फौज घेऊन हिंदुस्थानावर सारख्या स्वाऱ्यांवर स्वाऱ्या करीत, शहरांची शहरे उद्ध्वस्त करीत, वैभवाची लूट नेत आहे आणि ती स्वारी... अनेक रजपूत राण्यांना धूळ चारून विजयाच्या उन्मादाने सोमनाथाच्या मंदिरात घुसून त्यावर सोटा हाणण्यास सरसावणारा महम्मूद - मूर्तीबद्दल पैसे देऊन ती सांभाळण्याची धडपड करणारे व गर्भगळित होऊन लटलट कापणारे पुजारी व त्यांच्याकडे तिरस्काराने एक दृष्टिक्षेप करीत 'मी मूर्तिविक्या नाही, मी मूर्तिभंजक आहे' असे ताठरपणाने सांगत मूर्तीची शकले करतानाचा तो त्याचा आवेश, या सर्वांच्या दर्शनाने माझे मन क्षणभर भयभीत झाले.

त्याच महम्मूदाचा मरणसमय आता समीप आला होता. अबूच्या पहाडावरील शिवमंदिर पाडताना झालेल्या आवाजाने त्याच्या हृदयाला जबर धक्का बसला होता. हकिमाच्या सांगण्याने त्याने माणसांचे गर्भही बांधून पाहिले. पण सारे व्यर्थ!

तो पाहा. अंत्य घडी जवळ आली आहे, या जाणिवेने त्याने कशी हाय खाल्ली आहे. ते कर्तृत्वशाली तारुण्य व तो तज्जन्य ताठा दोन्ही आता त्याच्या ठिकाणी राहिलेली नाहीत. 'मूर्तिभंजक' हे बिरुद अभिमानाने मिरवणारा तो दिग्विजयी महम्मूद पाहा कसा आजवर मिळविलेल्या धनाचा ढिगारा रचून त्याकडे टक लावून पाहत आहे. त्याच्या विरहाच्या कल्पनेने ती पाहा त्याच्या डोळ्यांत आसवेही उभी राहिली.

या तीनही चित्रांच्या दर्शनाने माझे मन थरकल्याशिवाय राहिले नाही. माझ्या

मते प्रत्येक व्यक्तीच्या अंतरंगात ‘गझनीचा महम्मूद’ अंशत: तरी असतोच. तो बालपणात दिग्विजयाची अनंत सुखस्वप्ने चितारतो. त्यापैकी अनेक आपल्या पितरांच्या पूजामूर्ती, त्यांची ध्येये, त्यांचे विचार, संकेत आणि समजुती यांचा विध्वंस मांडण्याची असतात. त्यातील काही फलद्रूप होतात, पण एकीकडून मूर्ती फोडीत असतानाच तो दुसरीकडून नव्या मूर्ती घडवीत असतो व नवी मंदिरे रचित असतो आणि अंतकाली त्यांच्या विरहाच्या जाणिवेने व्यथित व त्यांच्या भवितव्याच्या कल्पनेने शंकाकुल होतो.

‘मूर्तिभंजक’ हे बिरुद मिरविण्याची धडपड आजच्या नवमतवाद्यांमध्येच दिसते, असे नाही. मानवी मनाइतकीच ती सनातन आहे. सत्यशोधनासाठी त्या त्या कालच्या प्रेषितांनी व विचारवंतांनी मूर्तीच्या विध्वंसनाचे कार्य अव्याहत केलेले आहे. अद्वैतवादी हिंदूंनी मूर्तीची प्रतिष्ठापना केली, निर्वाणवादी बौद्धांनी बुद्धाच्याच मूर्ती जागोजाग उभ्या केल्या. काष्ठपाषाणांना देव मानणे पाप आहे अशी शिकवण प्रतिपादणाऱ्या महंमद पैगंबराचे अनुयायी मक्केकडे तोंड करून नमाज पढतात व ‘पवित्र गालिच्या’च्या पालख्या काढतात.

मानवजातीचा इतिहास म्हणजे तरी काय? पहिल्या पिढीच्या मूर्ती दुसऱ्या पिढीने फोडावयाच्या व त्या जागी आपल्या नव्या मूर्तीची स्थापना करायची आणि मग तिसऱ्या पिढीने पहिल्या मूर्तीचे उद्ध्वस्त अवशेष महत्प्रयासाने गोळा करून अमोलिक धन म्हणून ते वस्तुसंग्रहात सांभाळून ठेवायचे! असा अखंड क्रम म्हणजेच आपला इतिहास.

निराकार सत्य एखाद्या महापुरुषालाच दिसू शकते. सर्वसामान्य जनतेला प्रतीकाशिवाय त्याचे त्याचे दर्शन घेता येत नाही. प्रत्येक पिढीला पूजनीय वाटणाऱ्या विभूती, तत्त्वे, ध्येये, समजुती या सर्व मूर्तीच आहेत. स्थलकालाप्रमाणे त्या बदलत राहणे हेच आपल्या विकासाचे सुचिन्ह. त्यामुळे घाबरून जाण्याचे काहीही कारण नाही. अशा मूर्ती मानवजातीला कधीही सोडता यायच्या नाहीत. कारण त्या म्हणजेच तिचा इतिहास, तिची कला, तिचे वाङ्मय, तिचे समाजजीवन.

मानवजात ही झपाट्याने धावणारी व वरचेवर अनपेक्षित वळणे घेत राहणारी एक अचाट सामर्थ्याची नदी आहे. ती धावताना काठाची डिखळे पाडते व अशा रीतीने आपली बंधने झुगारीत राहते, पण ती सर्वस्वी केव्हाही बंधमुक्त होऊ शकत नाही. या बदलत्या बंधनांतले वाढते अंतर म्हणजेच विकास नाही का?

हा समंजस दृष्टिकोन सामाजिक जीवनात असो किंवा कौटुंबिक जीवनात असो, जरूर पाहिजे. तो असला, म्हणजे प्रगती सुकर होते. तरुणांच्या अश्रद्धेमुळे वृद्ध वैतागत नाहीत व वृद्धांच्या भाविकतेमुळे तरुण निराश होत नाहीत. कारण मनुष्य हा स्वभावत: अश्रद्धही नाही व श्रद्धाशीलही नाही. त्याच्या आयुष्यात श्रद्धेचा, अंधळ्या, पण पवित्र भावनेचा एक काल येतो. त्या कालखंडात,

मोहरलेल्या वृत्तींच्या गोड सुगंधात तो निमग्न असतो. त्या कालात प्रिय झालेल्या व्यक्ती व तत्त्वे कायमची आपल्या जीवाला जडून राहतात. त्यांच्याबद्दलचा जिव्हाळा सहसा आपल्याला सुटत नाही. पुढे तो काल गेल्यावर, त्यांच्याहून विशेष गुणी माणसे किंवा जास्त मूलगामी तत्त्वे आपल्या आढळात आली, तरी ती आपले मन क्वचितच जिंकू शकतात. उदाहरण म्हणून माझा एक अनुभव तुम्हाला सांगतो. मी एकदा एका बैठकीला होतो. तीन पिढ्यांचे प्रतिनिधी तिथे उपस्थित होते. कशावरून तरी नटांच्या कौशल्याबद्दलच्या गोष्टी निघाल्या. दाते, वैशंपायन, केशवराव, बालगंधर्व यांच्या कामाची स्तुतिस्तोत्रे आम्ही गात होतो. ती अर्ध्यावरच थांबवून, आमच्या पूर्वीच्या पिढीची माणसे 'चिंतुबुवा', 'भावड्या', 'अण्णा किर्लोस्कर' व 'दत्तोपंत हल्याळकर' यांच्या अद्भुत कथा आम्हास सुनावू लागले. त्या गोष्टींचा अजबपणा व अवास्तवता अगदी अपुरी वाटल्यामुळेच की काय, एवढा वेळ मुकाट्याने बसलेला एक म्हातारा वर्मी घाव बसल्यासारखा उठला व चवताळून तावातावाने आपल्या काळचे ते दशावतारी खेळ, लाकडी नऊ तोंडे व अठरा हात अंगावर पेलून अभिनय करणारे ते महारथी व रंगभूमीला समरभूमीची कला आणण्याचे त्यांचे सामर्थ्य, इत्यादी गोष्टी तिखटमीठ लावून सांगू लागला. आम्हाला वाटले, आता सगळेच रामायण-महाभारत ऐकावे लागते की काय!

त्या सगळ्या गप्पांवरून त्रयस्थाला वाटले असते, महाराष्ट्रात नाट्यकलेची सारखी अधोगती होत चालली आहे.

अशा एक ना हजार गोष्टी! आताच्या मोठ्या माणसांच्या गोष्टी सांगा ना तुम्ही. तुमच्या वडिलांच्या पिढीतला मनुष्य तुम्हाला तत्कालीन महापुरुषांच्या कथा सांगून आजच्या लोकांना बाहुली ठरवील.

पुष्कळदा आमच्या घरच्या वडील माणसांच्या तोंडून ऐकलं आहे मी.

'अरे, इतकं शिकून कसली पोर्तुगीज लिहिता तुम्ही? नाहीतर आमच्या काली -'

त्यांच्या या म्हणण्याची शहानिशा करून घेण्यासाठी मी मुद्दाम एक दिवस जुन्या नियतकालिकांच्या फायली काढून त्यांनी सांगितलेल्या लेखकांची पोर्तुगीज म्हणींची भाषांतरे पाहिली. मला हसू कोसळले. जुन्या काळी शब्दांचे अर्थही बदलत असत, अशी मी माझी सोयीस्कर समजूत करून घेतली, झाले.

म्हणून वरचेवर आप्तवाक्ये सांगून आपले कीर्तन रंगविणाऱ्या कथेकऱ्याची ज्यावेळी एखादा पदवीधर थट्टा करतो व आपल्या या विधानांच्या पुष्ट्यर्थ पाश्चात्त्य लेखकांचे उतारे धडाधड देतो, त्यावेळी मी मनात हसतो व म्हणतो,

'हा नव्या युगाचा कथेकरी आहे, झालं!'

☆

श्री. बा. भ. बोरकर

रोजचे संगीत

परिचय

ललित वाङ्मयाच्या विविध क्षेत्रांत हौसेने संचार करणाऱ्या साहित्यिकांत वि. ल. बर्वे यांची गणना करता येईल. १९१९ मध्ये गडकरी मृत्यू पावले. त्यानंतर पुढे काही वर्षे महाराष्ट्रात काव्यनिर्मितीला मोठी भरती आली. रविकिरण मंडळ उदय पावून चमकू लागले. नवी कविता घरोघर वाचली जाऊ लागली. सभा-संमेलनांतून गोड गळ्याच्या साथीने आपले माधुर्य प्रकट करू लागली. यशवंत, माधव ज्युलियन यांच्यासारखे प्रतिभावान कवी त्या काळात निर्माण झाले. याच काळात चिपळूणसारख्या आडबाजूच्या गावी राहून कुठल्याही प्रकारच्या लोकप्रिय लाटेत न सापडता 'आनंद' या टोपणनावाखाली बर्व्यांनी चांगल्या प्रकारचे कवितालेखन केले. त्यांची कविता संग्रहरूपाने उपलब्ध नाही, ही दुर्दैवाची गोष्ट आहे; पण तरल कल्पकता, कोकणच्या पार्श्वभूमीचा आणि जीवनाचा चातुर्याने केलेला उपयोग, चपखल शब्दयोजना, इत्यादी कवितेतले गुण संस्मरणीय आहे.

लघुकथा, लघुनिबंध, नाटके व कादंबऱ्या असे गद्यलेखनही त्यांनी केले आहे. 'कोवळी पोफळ' व 'विजा आणि मेघ' या संग्रहांत त्यांच्या गोष्टी समाविष्ट झाल्या आहेत. 'अदलाबदल'सारख्या घरगुती प्रसंगांवर लिहिलेल्या त्यांच्या गोष्टी हृदयंगम वाटतात. 'झरोके' व 'पिसारा' हे त्यांचे दोन लघुनिबंधसंग्रह होत. 'फसवे चेहरे', 'बैलगाडी व मोटार', 'उडाणटप्पू', 'पावसाळी छत्र्या', इत्यादी मथळ्यांवरून विविध विषय हाताळण्याचे त्यांचे कौशल्य सहज लक्षात येईल. लघुनिबंधांत अनेकदा त्यांच्यातला कवी उत्कटतेने प्रकट होतो, हे 'रोजचे संगीत' वाचणारांना निराळे सांगायला नको.

माझ्या वाचकांपैकी बरेचसे शहरवासी असतील. शहरचे संगीत बहुतेक

बदसुरेल असते. मात्र त्यातील बरेचसे बदसुरेल संगीत आडगावात ऐकले असता मनोहर वाटते. रोजचे संगीत ऐकत बसण्याला नागरिक मने तयार नसतात, किंबहुना त्यांना ताकदही नसते, मनाचा ताजेपणा आडगावांतून अखंड टिकणारा असल्यामुळे हे संगीत ग्रामवासीयांना तर मधुर व उद्बोधक असे वाटते.

वाचक शहरातले असले, म्हणून काय झाले? आडगावच्या लेखकाचे रोजचे संगीत त्यांनी ऐकू नये? निदान वाचू तरी का नये?

रोजच्या क्रमातील पहिले संगीत सांगू का?

ताकाचे घुसळण!

पहाटतारा नुकताच वर आलेला असावा. निळसर आकाशाखाली मतलई (त्याही निळसर आहेत, असे मला वाटते!) वाहत असाव्यात. फुटत्या गोंड्याचा नाजूक लालिमा उगवत्या काळ्या डोंगरापल्याड पसरण्यास सुरुवात व्हावी. स्वयंपाकघराच्या दाराचा 'कूंऽऽ' असा अलगद आवाज व्हावा, थोडेसे पाणी सांडलेले कानी पडावे, देव्हाऱ्यापुढे पहाटवात लावली जावी, 'घनश्यामसुंदरा, श्रीधरा, अरुणोदय झालाऽऽ' या होनाजी बाळाच्या भूपाळीस सुरुवात व्हावी, ती होते न होते, तोच ताक घुसळण्याचा नाजूक आवाज कानांवर यावा!

हे मंथनसंगीत ऐकल्यावर पवित्र स्मृतीचा केवढा सागर हेलावतो बरे! प्रथम मानवजातीची गोपाल अवस्था चटकन ध्यानात येते. कल्पनेच्या डोळ्याला गोकुळ, वृंदावन दिसू लागते. यशोदेचे दधिमंथन, गोपींची गाऱ्हाणी, कृष्णाच्या लीला, देवांचे अवतार, गाईगुजींची रखवाली, वारापिऊ वासरे, एक ना दोन - सारे भागवत डोळ्यांपुढे उभे राहते व त्यातच मनाची समाधी लागते. रवीचे घुसळण सारखे ऐकत राहावे! मात्र रवीचे दर्शन होताच ही रवी बंद पडते; आपण भानावर येतो. व्यवहार दिसू लागतो. दुभत्या गुरांची अवस्था अस्वस्थता उत्पन्न करते. गाईगुजींची रखवाली नकोशी झाली आहे, दुभत्यात अनास्था माजत आहे. हीच स्थिती वाढत गेली तर... तर... हे संगीत कधीतरी ऐकायला मिळेल का, म्हणून मन भांबावून गेल्यावाचूनही राहत नाही आजकाल!

याच रोजच्या संगीतातील काही मोहक स्वर म्हणजे 'हंबारव.' पाडसाला व धार काढणाऱ्याला केलेली मायेची खूण! पाडसही लगेच कोमल स्वरातून उत्तर देते. हाती चरवी घेऊन जाणारा मायाळू माणूसही प्रसंगी 'येतो आं' म्हणून त्याच कोमल मध्यमात आश्वासन देतो. हे वात्सल्यसंगीत सात्विकतेचा केवढा उन्माद उत्पन्न करते, याचा अनुभव घ्यावा लागेल. Cow is the Poetry of Pity असे महात्माजीच म्हणतात? या हंबारवात तन्मय झालेला गाईचा म्होरा पाहिला, म्हणजे जगभर पसरलेल्या केविलवाण्या दुःस्थितीची आठवण होऊन मन बहिरून जाते. गोमातेची ही स्थिती, भूमातेची ही स्थिती, स्त्रीजातीचीही तीच स्थिती!!

गाईवासरे चरायला जाऊन दिसेनाशी झाली की, मनाची स्थिरस्थावरता होते.

तुमच्या शहराची वाद्ये आमच्याकडेही फैलावू लागली आहेत. चुकलेल्या स्वरांची पेटी, बेसूर वाजणारी सतार, सारंगी अगर दिलरुबा, सनया, पितळेच्या फ्ल्यूट्स या बऱ्याच दिसू लागल्या आहेत. कधी कधी त्यांचे संगीतही कानांवर येते. फोनोग्राफ बऱ्याच वेळा व बँड क्वचित प्रसंगी ऐकू येतो. मात्र ही सारी वाद्ये शहरात जाऊन ऐकावीशी वाटतात. त्यांच्याभोवती नागरिक आवरणच असते म्हणून की काय कोण जाणे! कदाचित त्या वाद्यांना इष्ट असणारे शहरी वातावरण आडगावात शक्य नसल्यामुळे तसे होत असेल! आडगावचे लोक झाले, म्हणून काय झाले? संगीताची हुरहुर त्यांनाही असते. ती त्यांची हुरहुर फक्त श्रावण ते मार्गशीर्षपर्यंतच तृप्त होऊ शकते. हे संगीत - हे हुरहुर लावणारे संगीत - साधेच, पण कोणते असेल बरे? सांगूच का?

कड्यापठारावर वीतवीत गवत रुजलेले असावे, मधूनमधून गौरीचे डोळे चमकत राहावे, गुराढोरांचे कळप बेभानपणे कुरणाला लागलेले असावे, पावसाचा थेंब निवळून जावा, थोडासा कवडसा इकडून तिकडे नाचत असावा, धडधड उड्या घेणाऱ्या नाल्याचे आवाज ऐकून दूर डोंगरात कुणीतरी झाडे तोडत असल्याची आठवण व्हावी, अकुंद असा वारा वाहत असावा, अशा वेळी लांबच्या कुरणातून येणारी अलगुजातील साधी सुरावट ऐकणाराला सकंप केल्यावाचून खास राहणार नाही. युगांतरातून काहीतरी संदेश आपणास येते आहेत, अन्य जन्माच्या आठवणी आपल्यास हलवीत आहेत अगर निसर्गाला किन्नरी वाचा फुटली आहे, असेच क्षणभर वाटू लागते. एका साध्या अलगुजाने जर असली मोहिनी पडते, तर त्या रासेश्वर श्रीहरीच्या मुरलीची मोहिनी किती उत्कंठेने पडणारी असावी? मुरलीरवाची कल्पना थोडी-फार या गुराख्यांच्या पाव्याने खास येते. कोण ती उल्हासाची उत्कंठता! कोण ती स्वानंदाची आर्तता! कोण ती साधेपणाची पूर्तता! समोरून अलगुजाचा स्वर हेलावावा, तोच समोरून कुठल्या तरी डोंगरमाथ्यावरून तसलाच स्वर आदळावा. डोळे अंतर्मुख करून कान तिकडे न्यावे, तोच तिसऱ्या दिशेकडूनही तसलीच मोहिनी पसरली जावी, चौथ्या बाजूनेही तेच स्वर कोसळावे. ऐकणारा जागच्या जागी उभा राहतो, निश्चल होतो; खिळून जातो. त्याचे अवघे अस्तित्व काही काळ कानापुरतेच मर्यादित होते.

हा अनुभव शहरवासीयांना मिळेल का?

काबाडकष्ट करणाऱ्यांचेही एक रोजचे संगीत असतेच! त्यात त्यांना गोडी, खरी गोडी, लागत नाही, इतकेच! रोखणीचा आवाज सुताराला मोहक वाटला

नाही, तरी शेजारच्या तुमच्या-माझ्यासारख्याला खास आवडेल. चरख्याचे गुंइगुंइ जितके मंजुळ, तितकाच रोखणीचाही नाद मोहक आहे. करवतीच्या आवाजातही लय लावणारा गोडवा आहे. चिरकामी लोक त्यातच नादावून गेलेले दिसतात. या सर्वांत श्रेष्ठ सं गीत म्हणजे लोहाराच्या भात्याचे. त्याचा तो विण्यासारखा घोंघावणारा नाद व त्या उसळणाऱ्या ठिणग्या ऐकणाऱ्याला व पाहाणाऱ्यालाही वेड लावल्यावाचून राहत नाहीत. या प्रत्येकात मानवतेच्या बाळस्वरूपाची आठवण साठवलेली आहे. पावसाच्या घोषनादाबरहुकूम जर कोणता नाद असेल, तर तो लोहाराच्या भात्याचा. मानवतेच्या बाळपणातील हे संगीत, पावसाच्या संगीताइतके गंभीर व भव्य आहे. या दोहोंशी तुलना करायची, तर ती सागरसंगीताचीच करावी लागेल.

व्यवहारीदृष्ट्या माणसाला खाण्याच्या कामीही उपयोगी न पडणाऱ्या कीर पक्ष्याकडून या रोजच्या संगीतात भर टाकली जाते. कोणत्याही कादंबरीतील सुरुवातीसुरुवातीचा पक्ष्यांचा किलबिलाट जमेस न धरिताही बोलायचे तर, काही पक्ष्यांचे संगीत निदान आडगावच्या राहणीत तरी - फारच मंजुळ वाटते. चिमणीचा तांदूळ टिपताना होणारा चिवचिवाट, उडणाऱ्या पोपटांचा चुंचुरव, केकाटीची एकेरी साद, कोकिळाचा पंचम स्वर, घारीची हाकाटी, पारव्याचा घुमकारा, अगर मोराची केकावली या प्रत्येक आवाजात एक प्रकारचे मधुर संगीत आहे. सर्व महिनाभर जर यातील कोणता ना कोणता स्वर कानांवर आला नाही, तर चुकल्याचुकल्यासारखे वाटेल! आडगावी राहणी या संगीताशी इतकी एकजीव झालेली असते बरे.

रोजच्या संगीताशी एकजीव झालेल्यांची आडगावी पुष्कळ उदाहरणे आहेत. दुरून कानांवर पडणाऱ्या बैलांच्या गळ्यांतील घंटा व जवळून ऐकू येणारे घुंगरांचे नाद, हे प्रत्येक आडगावी माणसाच्या फारच आवडीचे असतात. खुद्द गाडीवान तर त्या नादाशी एकजीव झालेला असतो. रस्त्यानजीकच्या रहदारी बंगल्यात कलेक्टरसाहेब उतरले की, रस्त्याने जाणाऱ्या-येणाऱ्या गाडीवानांना हुकूम सुटतात की, 'बंगल्याजवळल्या एक फर्लांगापुरते तरी घाटसर काढून घ्या!' एका गाडीवानाच्या जिवावर आले. पण करतो काय? अरेरावीपुढे शहाणपण काय कामाचे? त्याने घाटसर काढून घेतले, पण ती गोष्ट त्याच्या जिवाला इतकी लागली की, त्यानंतर त्याने गाडीचा म्हणून धंदाच केला नाही!

देवालयातील घंटांचे शहरात ऐकू येणाऱ्या आवाजापेक्षा आडगावच्या आडगावात ऐकू येणारे आवाज जास्त परिणामकारक होतात. तिन्ही सांजच्या वेळी कोठेतरी डोंगरावर फिरायला जावे, थोडे बसून उठावे, तोच एखाद्या देवालयातील घंटेचा नाद कानांवर आदळावा. गतजीवित ताडकन डोळ्यांसमोर उभे राहते. देवालयाच्या

आठवणीबरोबर हृदयस्थ परमेश्वराची आठवण खडबडून जागी होते. आपल्या पापकृती डोळ्यासमोर काजव्यांप्रमाणे नाचू लागतात व त्यातूनच भविष्यकालीन जीविताची अंधूक रूपरेषा डोळ्यांसमोर उभी राहते.

त्याबरोबर तडक आपण देवालयाचा मार्ग धरतो. मूर्त स्वरूपासमोर आपले निवेदन करण्यास सुरुवात करतो. एखाद्या वेळी अशाच समयाला मूर्तीवर अभिषेकही सुरू असतो. अभिषेकाच्या धारेतून एखादा स्वरही सुरू होतो. या स्वरात परमोच्च संगीत साठविलेले आहे, असेच आपल्या अनुभवाला येईल. त्या परमपवित्र संगीतात आपला जीव गुंतून जातो.

ज्यांना हे रोजचे संगीत म्हणून लाभते, ते माझ्यासारखे खरोखरच धन्य.

★

श्री. वि. ल. बर्वे

रिकाम्या बाटल्या

परिचय

ना. मा. संतांनी थोडीशी कविता लिहिली आहे. कथालेखन व टीकालेखन यांच्याकडेही त्यांचा ओढा होता, पण त्यांच्या अकाली मृत्यूने मराठी वाङ्मयातल्या कुठल्या एखाद्या विभागाची विशेष हानी झाली असेल, तर ती लघुनिबंधाची होय. 'उघडे लिफाफे' हा त्यांचा लघुनिबंधसंग्रह वाचणाराला या क्षेत्रातल्या त्यांच्या विकासाची सहज कल्पना करता येईल. या वाङ्मय-प्रकाराला अनुकूल अशीच त्यांच्या व्यक्तित्वाची ठेवण होती. ते रसिक होते, पण सौंदर्याच्या दर्शनाने धुंद होऊन जाण्याची प्रवृत्ती त्यांच्या ठिकाणी नव्हती. जीवनातील लहानसहान दुःख ते खेळकरपणाने पाहू शकत, पण एखाद्या विनोदी लेखकाप्रमाणे कुठल्याही विसंगतीचे अतिशयोक्तीने वर्णन करून हास्याचा पूर वाहविणे त्यांच्या स्वभावात नव्हते. 'आजारीपणाचे सुख', 'साखरेची गोडी', 'उधळेपणा', इत्यादी त्यांचे लघुनिबंध या सौम्य, पण रम्य व्यक्तित्वामुळेच खुमासदार झाले आहेत. 'आजारीपणाचे सुख' या निबंधातले हे वर्णन किती मजेदार आहे, पाहा - 'खरं सांगायचं, तर अंथरुणाचं सुख घ्यायचा प्रसंग आजारीपणाशिवाय येतो तरी केव्हा? एरवी डोळ्यांवर झोप आली की, अंथरुणावर अंग टाकायचं नि निद्रेच्या अधीन व्हायचं, हा कार्यक्रम! पण आजारीपणात तसं नसतं. गादीच्या भरदारपणाचा आल्हाद घेण्याकडं आपली प्रवृत्ती असते. उशांच्या मृदुमृदुल संभारात आपलं डोकं रुतवून घेण्याचं सुख आपण मनमुराद घेत असतो. पांघरुणाच्या गुलगुलीत उबदारपणाची लपेट तर या वेळी इतकी सुखावह वाटते की, तिला कसली उपमा द्यायची म्हटलं, तरी देता यायची नाहीं... पलंगाजवळच्या शुभ्र वस्त्राच्छादित तिवईवर ठेवलेली तांबड्या औषधाची बाटली आणि ग्लास नजरेस पडला की, मात्र अंगातून शहाऱ्याची एक चमक निघून जाते. पण तिच्याच पलीकडं पांढऱ्या चकाकणाऱ्या डिशमध्ये मांडून

ठेवलेली रसाळ, घोसदार द्राक्षे आणि डाळिंबी रंगानं रसरसलेलं दाणेदार डाळिंब ही पाहिली की, जीव खाली पडतो.'

प्रसन्न भाषा, विनोदवृत्ती, आत्मनिवेदनातला मोकळेपणा, इत्यादी त्यांचे गुण 'रिकाम्या बाटल्या' या लघुनिबंधात चांगल्या रीतीने प्रगट झाले आहेत.

गेंगाण्या स्वरातला त्याचा तो ओळखीचा पुकार ऐकताच लेखनातले माझे लक्ष चळले. दुरून त्याचा शब्द कानांवर आला, तेव्हापासून माझे लक्ष उडाले होते पण लेख पुरा करायचा, म्हणून उडणारं लक्ष खेचून मी ते विषयाकडे लावीत होतो. तो जसजसा जवळ येऊ लागला, तसतसा मी अस्वस्थ होऊ लागलो आणि माझ्या खिडकीखाली त्याचे खाकरणे घुमले, तेव्हा मी जागेवरून उठलोच. खाली येऊन मी कोपऱ्यातल्या फडताळाकडे नजर टाकली आणि दारात येऊन त्याच्या येण्याची वाट पाहू लागलो.

रद्दी बाटल्या विकत घेणारा माणूस होता तो.

घरात साचलेल्या रिकाम्या बाटल्या देऊन टाकण्याचे मी त्याच्याशी अनेक वायदे केले होते. तो ज्या वेळी या बाजूस येई, त्या त्यावेळी दारातून साद देई,

"साहेब, बाटल्या देता ना?"

पण आजपर्यंत प्रत्येक वेळी मी त्याला परतवून लावले होते. तो आला, त्या त्यावेळी मी कामात तरी होतो, नाहीतर निघण्याच्या घाईत होतो; कुणी माझ्याकडे येऊन तरी बसले होते, नाहीतर कामावरून येऊन मी विश्रांती घेत होतो. त्याची मागणी लक्षात न घेताच त्याला परतवून लावीत होतो. तो मात्र एखाद्या कर्तव्यपरायण महाभागाप्रमाणं, त्याचा विषाद न मानता पुनःपुन्हा फेरी टाकून आपले कार्य बजावीत होता. हे त्याच्याबद्दलचे विचार, त्याची साद ऐकली की, माझ्या मनात चमकून उठत; पण घाई, आळस आणि विश्रांती यांचा लगेच वरचश्मा होई आणि माझा नाइलाज ठरे. पण जो जो मी त्याजबरोबर अधिकाधिक वायदे करू लागलो, तो तो त्याजविषयीचे हे विचार तीव्र होऊ लागले. मनाची अस्वस्थता वाढू लागली आणि आज तर त्याचा आवाज जेव्हा मी ऐकला, तेव्हा त्या विचारांची तीव्रतर आवृत्ती होऊन तिने वाढलेल्या अस्वस्थतेमुळे काम करणे अशक्य होऊन बसले. मी खाली येता येता विचार केला,

'या बाबाचा सवाल पुरा करून टाकू आज.'

दाराकडे येता येता हसतच तो मला म्हणाला,

"देऊन टाका ना साहेब, आज."

त्याच्या हसण्यातली खोच मला उमजली. मी म्हणालो,

"होय बाबा, तेवढ्याकरिताच खाली उतरलोय. पण भाव सांगशील की नाही तुझे?"

त्याला मी कपाटातल्या बाटल्या दाखविल्या आणि त्याच्या शब्दाची वाट पाहू लागलो. आपल्या मुंडाशात खोवलेली काडीविडी काढून त्याने ती पेटवली आणि एक जोरकस दम मारून तो चर्पटपंजरी करू लागला.

मी त्याला म्हटले,

"मला नाही वेळ. झटकन भाव सांग आणि या बाटल्या घे."

पण मग आढेवेढे घेत त्याने जे भाव सांगितले, ते ऐकून मी सर्दच झालो. मी त्याला म्हटलं,

"तू मला समजतोस काय? गावात बाटल्या इतक्या महाग विकताहेत अन् तू हा भाव मला देणार! जरा नीट विचार करून सांग."

"इचारून बघा, साहेब. लढाई संपली आता. कुनीबी इचारत नाय बाटल्यांना. इचारून घ्या अन् मग उंद्या... पर्वा कवाबी द्या."

"मला विचाराबिचारायची गरज नाही. तूच भलेपणानं बोलणार असलास, तरच-"

"पण साहेब, भाव होता, तवा तुमी दिल्या नाय अन् आता भाव उतरला, तवा -"

मग त्याचे तेच तेच बोलणे मी ऐकून घेतले नाही. त्याला वाटेला लावले आणि मी आपल्या उद्योगाला लागलो.

उद्योगाला लागलो, असे म्हटले खरे; पण तसे म्हणण्याऐवजी उद्योगाला लागण्याचा प्रयत्न केला, असे म्हटले पाहिजे. कारण मग लिहायला लागलो, तर मन घेईना. त्याला दामटून पाहिले, पण ते बधेना. त्या बाटल्यांबद्दल आणि त्या बाटलीवाल्याने काढलेल्या शब्दांबद्दलच विचार मनात घोळू लागले.

मी स्वतःलाच प्रश्न केला,

'मला बाटल्या देऊन टाकायच्या आहेत की, नाहीत?'

'होय.' मीच उत्तर केले.

'मग का नाही देऊन टाकल्या आज?' मी विचारले.

'हं! तो भलत्याच स्वस्त मागत होता, मग कशा द्यायच्या?' मी उलट प्रश्न केला.

'लढाई संपली ना, मग भाव उतरणारच.' मी म्हणालो.

'भाव उतरला असेल, पण तो इतका? छे, इतक्या स्वस्त दराने मी बाटल्या

देणार नाही' मीच ठासून उत्तर दिले.

'इतक्या स्वस्त द्यायच्या नाहीत, तर मागे भाव खूप चढला होता, तेव्हाच का दिल्या नाहीत? त्यावेळेस सांगितलं नव्हतं त्यानं तसं आणि आला नव्हता तो मागायला?' मी जरा खडसावून विचारले.

'होय, भाव चढला होता तेव्हा आणि तो मागायलाही आला होता तेव्हा. पण –' मीच अडखळलो.

'पण काय?' मी दटावून विचारले.

'त्यावेळी वाटलं, बाटल्या इतक्या दुर्मीळ झाल्या आहेत. औषधाला सुद्धा मिळत नाहीत. तेव्हा कशाला -' मीच चाचरलो.

'वा! म्हणजे त्यावेळी दुर्मीळ झाल्या, म्हणून दिल्या नाहीत आणि आज विपुल झाल्या, म्हणून देववत नाहीत. मग आता खरं सांगा बच्चमजी, तुम्हाला बाटल्या द्यायच्या आहेत की, नाहीत? द्यायच्या नसतील, तर त्या बिचाऱ्यावर का हल्ले?' मी सडेतोड सवाल टाकला.

'द्यायच्या नाहीत असं कसं? पण...' मीच.

'पण! पण कशाला? द्यायच्या नाहीत, हेच खरं.' मी हसलो.

'म्हणजे काय?' मीच न कळून विचारले.

'म्हणजे असं की...' असे म्हणत मी तो संवाद तात्पुरता मिटवला आणि खाली आलो.

ते कपाट उघडताच तिथे साचलेली ती अडगळ पाहून मला वाटले, का मी ही अडगळ राखून ठेवीत आहे? यांनी हे कपाट तर अडवलं आहेच आणि यावर धूळ तरी किती साचली आहे! धूळच काय, पण कोळिष्टकेही वाढली आहेत कितीतरी इथं. त्यातच झुरळं आणि त्यांची अंडी! छे, यात हात घालून बाटल्या खाली काढण्याचीही सोय नाही. हात धुळीनं माखायचा, कोळ्यांच्या जाळ्यांनी लिडबिडायचा आणि हमखास चिरडल्या जाणाऱ्या अंड्यांनी राड व्हायचा. शी! नकोच ती भानगड!

पण या घाणीला जबाबदार कोण - बाटल्या? बाटल्यांवर धूळ साचली, कोळिष्टके जमली आणि अंड्यांची वसाहत झाली, हा काय बाटल्यांचा दोष? छे, बाटल्या काय करणार याला? दोष असला, तर तो बाटल्यांचा नव्हे, तो माझा आहे, माझ्या आळशीपणाचा - बेपर्वाईचाच पुरावाच आहे! हो बेपर्वाईच - बेपर्वाई नाहीतर काय? पाहा या बाटल्यांकडे. या धुळीने माखल्या असल्या आणि कोळिष्टकांनी वेढल्या असल्या, तरी किती विविध आणि सुबक आहेत आकार यांचे! गोल, चौकोनी, अष्टकोनी, बुटके, उंच, चिंचोळे! त्यातही पुन्हा कलादृष्टी दाखविलेली. ही चपटी, पण मधेच चिंचोळलेली बाटली पाहा किंवा वर निमुळता

जाणारा हा नमुना बघा, स्फटिकात खोदलेली ही आणि हंसाचा आकार दिलेली ती कुपी पाहा! आकारांचे किती विविध आणि सुबक प्रकार आहेत हे!

आकारांचेच काय, पण रंगांचेही तितकेच किंवा अधिक प्रकार यांत आढळतील. आम्हा पुरुषांच्या लक्षात न आलेला, पण बायकांच्या रंगशोधक नजरेतून न सुटलेला हा शिशाचा काळसर हिरवट रंग पाहा. या बाटलीच्या रंगाचे कोणतेही वस्त्र स्त्रियांना किती प्यारे असते, ते कापड-दुकानदारालाच विचारलेले बरे. तसाच हा गडद निळा आणि निळसर, किरमिजी आणि पिवळसर रंग. मला जर सर्वांत कोणता रंग आवडत असेल, तर तो पांढरा स्वच्छ पारदर्शक रंग. अशा बाटल्यांत तुम्ही जे कोणते द्रव ओतून ठेवाल, त्याचा रंग आणि आशय त्या अगदी सचोटीने दाखवितील किंवा तो तसा दाखवितात. त्या आपलं स्वत्व विसरतील आणि तन्मय बनतील. हा या बाटल्यांचा गुण विलोभनीय नाही, असे कोण म्हणेल?

पण बाटल्यांच्या अंगी हा एवढाच गुण आहे काय? केवळ आशय आणि रंग सचोटीने दाखविणे एवढाच बाटल्यांचा गुण असे म्हणणारा नितांत कृतघ्न म्हटला पाहिजे. बाटली आणि गुण यांचा जो अविभाज्य संबंध आहे, तो केवळ याच संदर्भात नाही; तो निराळ्या आणि आजीव महत्त्वाच्या संदर्भात आहे, हे सांगायची जरुरी आहे, असं नाही. मनुष्याच्या जीवनात सुख निर्माण करण्याच्या बाबतीत बाटलीला केवढे मोठे स्थान आहे, पाहा. सुख निर्माण करणे हा शब्द तितकासा रुचत नसेल, तर दुःखनिरास करण्यात म्हणा पाहिजे तर. पण दुःखनिरास म्हणजे सुखाची सुरुवातच ना? मग झालं तर! दुःखनिरास आणि सुखसंवर्धन हेच बाटलीचे सर्वांत मोठे गुण आहेत आणि त्यांच्या जोरावर आपण आपली संसारयात्रा निरामयतेने पार पाडण्याची आशा बाळगतो. असा एक महिना सुना जात नाही की, ज्यात बाटलीबाईची आराधना करावी लागली नाही. लहान असो, थोर असो, राव असो, रंक असो, मनुष्य असो, प्राणी असो, सर्वांना हिचे पाय धरावे लागतातच आणि हिच्याच कृपाप्रसादाने स्वास्थ्य मिळवावे लागते. हीही इतकी उदार आणि शीघ्रफलदायी आहे की, नवीन युगाची देवता म्हणून हिची प्रतिष्ठापना केली, तरी तिचे पांग फिटले, असे होणार नाही.

आता यातल्याच कित्येक बाटल्या पाहा. त्यांनी केव्हा ना केव्हा तरी माझी किरकिरणारी प्रकृती सुदृढ केली आहे; क्षीणतेची जाणीव घालवून नवा उत्साह निर्माण केला आहे; रोगटपणाची भावना निपटून निरोगीपणाचा आल्हाद उत्पन्न केला आहे; अकारण खिन्नता घालवून चमकदार आशावाद दिला आहे. ही चौकोनी बसकट गळ्याचीच बाटली घ्या. ही आता दिसायला बेडौल दिसते आहे खरी, पण ती केमिस्टच्या दुकानातून आणली, तेव्हा तिचा रुबाब काय होता! आकर्षक रंगाचे भरीव सुबक खोके, आत लाटाकृती पुठ्ठ्याचे वेष्टन आणि तोंडाशी कापसाचे

आच्छादन. शिवाय बाटलीवर तलम आणि नाजूक बुटीदार कागदाचे वेष्टन होते, ते निराळेच. ते काढताच बाटलीच्या स्वच्छ घोटीव काचेतून आतल्या जांभळ्या किरमिजी रंगाच्या तरल द्रवाचे जे दर्शन झाले, ते मन प्रसन्न करणारे खचित होते. दुखण्याने पिचलेल्या मन:स्थितीत डॉक्टरांनी एखादी बाटली आणायला सांगितली, म्हणजे रुग्ण ती किती अधीरतेने आणि आशावादीपणाने आणतो, याची जाणीव प्रत्येकाला असतेच. भोगाचा नाश आणि निकोपतेचे सुख औषधरूपानेच जणू काही त्या बाटलीत साठवले आहे, असे दुखणेकऱ्याला वाटत असते. डॉक्टराप्रमाणे औषधाच्या रूपरंगाचा परिणाम रोग्याच्या मनावर होत नसला किंवा रोगी तशी अपेक्षा बाळगीत नसला, तरी औषधाचे रंगरूप सुरेख असेल, तर रोग्याच्या मन:स्थितीवर त्याचाही परिणाम झाल्याशिवाय राहत नाही. औषधाचा दर्शनीच अनुकूल असा परिणाम माझ्या मनावर झाला आणि जेमतेम गेलेल्या जेवणावर पहिल्या दिवशी मी जेव्हा ते घेतले, तेव्हा त्याची तुरट कडवट चव बराच वेळ माझ्या तोंडात रेंगाळत राहिली पण जो जो दिवस उलटू लागला, तो तो वाढू लागलेल्या जेवणावर त्याची चव मला रुचू लागली आणि अखेरीस तर भरपूर गेलेल्या जेवणावर जर मी ते घेतले नाही, तर भरपूर जेवायचे समाधान मला मिळेनासे झाले. या असमाधानात त्या औषधाची चटक लागल्याचे मला दिसून आले आणि ती भागविण्याकरिताच की काय, प्रकृती झक्क झाली असताही, आणखी एक बाटली मी घेत राहिलो.

ही दुसरी चपटी बाटली पाहा. ही इनोज फ्रूट सॉल्टची आहे, हे न सांगताही तुमच्या लक्षात येईल आणि 'टाइम्स' पत्रातून येऊन गेलेल्या फ्रूट सॉल्टच्या अनेक जाहिराती तुमच्या नजरेपुढून तरळून जातील. इनोजची बाटली चोरीस गेलेल्या त्रस्त कप्तानाने आपले सारे खलाशी एकत्र बोलावले आहेत आणि त्यांना रांगेत उभे करून तो त्याची तपासणी करीत आहे. प्रवासाने अन् दगदगीने सारेच मरगळले आहेत. मात्र एकच छाती पुढे काढून उत्साहाने मुसमुसून हसतो आहे. त्याला पाहताच कप्तानाला शंका उरली नाही. या आणि अशा अनेक खुबीदार जाहिरातींनी त्यावेळी अनेकांचे लक्ष वेधून घेतले होते. मीही या जाहिराती मोठ्या उत्सुकतेने पाहत असे. मात्र त्यांना भुलून मी इनोजची बाटली आणली असे मात्र समजू नका. जाहिरातींना दाद देणारा प्राणी मी नाही. मी इनोजची बाटली विकत घेतली, ती ते पेय घेण्याची आणि घेताना गंमत वाटते, म्हणूनच. उन्हाळ्याच्या दिवसांत तर हे पेय घेण्यात निराळीच लज्जत असते. सकाळी उठावे; तर हवेत उष्मा आलेला आढळून येतो. मग एक लखलखीत काचेचा ग्लास घेऊन त्यात स्वच्छ गार पाणी घ्यावं. दोन चहाचे चमचे भरून इनोजचं पांढरंशुभ्र द्रव्य तळहातावर घ्यावं आणि ते त्या पाण्यात टाकावं. ते पाण्यात पडताच त्याची जी नाजूक फसफस होते, ती

किती बहारीची आणि रुची वाढविणारी असते! ती संपण्यापूर्वीच ग्लास तोंडाला लावला पाहिजे. मग फसफसणारे हे पेय आपली आंबूस-मधुर चव देत देत पोटात उतरू लागले की, आतही जी एक गार मधुर संवेदना होते, ती मला तर फारच रुचते. इनोजच्या जाहिरातीत शपथेवर सांगितलेले शारीरिक फायदे मला झाले आहेत की नाहीत, कुणास ठाऊक, पण हे पेय घेताना आणि घेतल्यानंतर मला काही वेळ तरी एक गोड समाधान लाभते खरे! म्हणूनच मी ते वारंवार घेतो. डोके दुखलेसे वाटले, पोटात बरे नाही, असा संशय आला, अस्वस्थ वाटत असले, तर घ्या इनोज. ब्रिजच्या खेळात नियम आहे ना की, 'संशय वाटत असल्यास हुकूम खेळावा' म्हणून. तद्वत कसलाही संशय वाटत असला की, इनोजचे हुकमी पेय मी घेतो. म्हणून इनोजच्या बाटल्यांची रांगच्या रांग तुम्हाला या कपाटात दिसेल.

इनोजप्रमाणेच या दुसऱ्या चपट्या बाटल्या पाहा. यांचा वास जरा घेऊन पाहिला, तरी तुम्हाला कळेल की, लव्हेंडरच्या बाटल्या आहेत या. लव्हेंडरइतके दुसरे कोणतेही सुवासिक द्रव्य मला प्रिय नाही. लव्हेंडरचा शांत-थंड सुवास मनाला विलक्षण आल्हाद देणारा आहे. बाहेर जाताना त्याचे चार थेंब कपड्यावर आणि हातरुमालावर शिंपडले की, आपले आणि दुसऱ्याचेही मन प्रसन्न राहते. लव्हेंडरच्या अनेक बाटल्या तुम्हाला यात दिसतील, पण त्यात ही फिरकीचे सोनेरी टोपण असलेली आणि चपटी, पण मधून चिंचोळलेली बाटली मला विशेष प्यारी आहे. ही यार्डलेच्या लव्हेंडरची बाटली आहे. मी आतापर्यंत अनेक प्रकारची लव्हेंडरे वापरली असली, तरी या बाटलीतल्या लव्हेंडरची सर त्यांना नाही. त्याची जातच उंची आणि अस्सल आहे. हे टोपण खोलून पाहा. यात अजूनही रेंगाळणारा वास, मी म्हणतो, त्याची खात्री पटवील. यार्डलेचे लव्हेंडर आज मिळत नाही, तेव्हा त्याची रिकामी बाटली पाहूनच समाधान मानणे प्राप्त आहे.

'रिकामी बाटली पाहूनही समाधान होतं तर! ठीक. मग मी तरी हेच म्हणत होतो मघा. म्हणून तुला या रिकाम्या बाटल्या देऊन टाकवत नाहीत. बाटल्या फार दुर्मीळ झाल्या आहेत अन् त्या फार स्वस्त झाल्या आहेत, या केवळ सबबी आहेत, महाराज. करा आता हे कबूल.' अन् ज्या बाटल्यांतून मला त्यांच्याविषयी वाटणारे प्रेम आणि कौतुक तुडुंब भरून राहिलं आहे, त्या रिकाम्या म्हणायच्याच तरी कशा?

खरंच की! असे म्हणत मीच मान डोलवली.

☆

श्री. ना. मा. संत

अविस्मरणीय

परिचय

कुसुमाग्रज या नावाने सर्वांना प्रिय असलेले तरुण पिढीतले अग्रेसर कवी वि. वा. शिरवाडकर यांनी हा लघुनिबंध लिहिला आहे. काव्याप्रमाणे कथा, लघुनिबंध, नाटक व कादंबरी या क्षेत्रांतले शिरवाडकरांचे पदार्पणही रसिकांना आनंददायक वाटेल, असेच आहे. त्यांनी दोन नाटके लिहिली आहेत. ऑस्कर वाइल्डच्या एका नाटकाच्या आधाराने लिहिलेले 'दूरचे दिवे' हे सामाजिक व 'दुसरा पेशवा' हे ऐतिहासिक. या दोन्हींत त्यांचे नाट्यगुण व त्याहीपेक्षा काव्यगुण प्रकर्षाने प्रकट झाले आहेत. त्यांच्या 'वैष्णव' कादंबरीतही त्यांची सामाजिक दृष्टी व सुंदर गद्य लिहिण्याची शक्ती यांचे दर्शन होते.

त्यांच्या लघुकथांचा व लघुनिबंधांचा संग्रह अद्यापि प्रसिद्ध झालेला नाही. तथापि, या क्षेत्रातही सरस लेखन करण्याची शक्ती त्यांच्या अंगी आहे. 'आरामखुर्ची', 'तीन शिलेदार', 'टिळक आणि सुपारी' वगैरे वृत्तपत्रांत प्रसिद्ध झालेले त्यांचे लघुनिबंध वाचनीय आहेत. 'टिळक आणि सुपारी' या निबंधात मोठ्या माणसांच्या छोट्या गोष्टींना चरित्रकाराने महत्त्व दिले पाहिजे, असे सांगताना ते म्हणतात, 'छोट्या गोष्टींनी आणि आठवणींनी सामान्य माणूस व चरित्रनायक यांच्यातील अंतर कमी होते आणि कित्येकदा तर या मोठ्या माणसापेक्षाही आपण मोठे आहोत, असे वाचकास वाटून, त्याचे त्याविषयीचे प्रेम द्विगुणित होते. समुद्रापलीकडे अज्ञात प्रदेशांना स्वातंत्र्याचा संदेश देणारा कागद बाटलीत बंद करून शेले ती समुद्रात टाकीत असल्याची गोष्ट 'एरियल'मधे आपल्याला वाचायला मिळते. सज्ञान झालेला प्रत्येक वाचक ही हकिकत वाचून शेलेच्या अव्यवहारीपणाबद्दल किंबहुना खुळेपणाबद्दल आश्चर्यचकित होतो. शेलेसारखी कविता आपल्याला लिहिता येत नसली, तरी त्याच्यासारखा मूर्खपणाही आपण करू शकत नाही, अशा विचारानं त्यांच्या अहंकाराला

समाधान लाभते व ती निर्विकल्प मनाने शेलेचं कौतुक करू शकतो. मोर्वाचे प्रस्तुत शेले चरित्र किंवा बॉस्वेलचे जॉन्सन चरित्र आणि मराठीतील रमाबाई रानडे किंवा लक्ष्मीबाई टिळक यांची आत्मचरित्रे लोकप्रिय झाली, याचे कारण त्यांनी लहानसहान गोष्टींवर दिलेला भर हेच नाही का? टिळकांना सुपारीची अनावर तलफ आल्याची हकिकत बॉस्वेलने - तो त्यांचे चरित्र लिहायला बसला असता, तर - खास गाळली नसती. अशा लहान गोष्टींनी माणसाच्या मोठेपणाला उठाव मिळतो. त्याचे संगमरवरीकरण न होता त्यांची हाडामांसाची जिवंत मूर्ती नजरेसमोर उभी राहते आणि त्याच्याविषयी वाचकांना सप्रेम आदरभाव वाटू लागतो. 'तीन शिलेदार' या लघुनिबंधात वृत्तपत्राच्या संपादकीय खोलीतल्या एका टोपलीत मांजरीची तीन पिले कशी मजेत राहत असतात, याचे शिरवाडकरांनी केलेलं हे वर्णन पाहा — 'पिंजलेल्या कापसाच्या तीन चिमुकल्या राशी एकमेकांवर टाकून द्याव्यात, त्याप्रमाणं त्या छोट्या टोपलीत ही पिलं परस्परांच्या अंगावर स्वच्छंदपणे पडली होती. एकाचे पाय दुसऱ्याच्या गळ्याभोवती आणि दुसऱ्याचे शेपूट तिसऱ्याच्या पायाभोवती. शाळिग्रामावर ठेवलेल्या फुलाप्रमाणे एखादं झोपेच्या तंद्रीत वरून कोसळे आणि नंतर दोघांच्या पोटात घुसण्याचा प्रयत्न करून त्यांनाही आपल्याप्रमाणे जागे करी. जाग येताच ते तीनही जीव आपल्या हिरव्या डोळ्यांनी माझ्याकडे चौकसपणानं पाहू लागत. 'तू मित्र आहेस की शत्रू आहेस?' हाच प्रश्न त्या सहा डोळ्यांतून जणू काय बाहेर पडे.'

कल्पक आणि उत्कट कविमनाच्या जोडीला चिंतनशीलतेची देणगीही शिरवाडकरांना लाभली आहे. 'अविस्मरणीय' या त्यांच्या निबंधाचे सौंदर्य तिनेच वृद्धिंगत केले आहे.

'**मा**झ्या जीवनातील अविस्मरणीय प्रसंग' या मथळ्याची एक लेखमाला मी पाहिली आणि माझ्या जीवनातील अविस्मरणीय प्रसंग कोणते, याचे मी स्मरण करू लागलो. अविस्मरणीय प्रसंगसुद्धा स्मरण केल्याशिवाय लक्षात येऊ नयेत, हा एक विरोधाभास आहे; परंतु माझ्याबाबतीत तरी तो खरा आहे आणि इतरही अनेकांच्या बाबतींत तो तसा असेल, यातही मला शंका वाटत नाही.

पूर्णार्थाने जीवनातील कोणताही प्रसंग अविस्मरणीय असणे असंभवनीय आहे. मग तो प्रसंग सुखदायक असो वा दु:खदायक असो. घरातील मूल्यवान मालमत्ता तिजोरीत कुलूपबंद करून ठेवली जाते, त्याचप्रमाणे नको असलेले मोडकेतोडके

सामानसुद्धा अडगळीच्या खोलीतील अंधारात नजरेआड केले जाते. काही सामर्थ्यवान स्मरणाची माणसे मात्र याला अपवाद असतात. स्मरणशक्तीच्या क्षेत्रातील हे गामा-गुंगा काहीच विसरू शकत नाहीत. आपल्या पूर्व-जीवनातील यच्चयावत तपशील त्यांच्या ओठांवर अहोरात्र ओसंडत असतो. जीवनाच्या दीर्घ शृंखलेतील प्रत्येक दुवा त्यांच्या हिशेबात आणि आठवणीत खळखळत असतो. अशक्य हा शब्द जसा नेपोलियनच्या कोशात नव्हता, तसा अविस्मरणीय हा शब्द त्यांच्या कोशात नसतो. सोड्याची बाटली फोडताच आतील पाणी फसफसून वर येते, त्याप्रमाणे या मंडळींनी तोंड उघडले की, अंत:करणात न सामावणारा त्यांचा सारा जीवनवृतान्त वरती उसळून येतो. त्यांच्या मनाच्या घरात कुलपाची कपाटे नसतात आणि अडगळीच्या खोल्याही नसतात. साऱ्या वस्तू अस्ताव्यस्तपणे सर्वत्र संचार करीत असतात. आपल्यासारखे कमकुवत स्मरणशक्तीचे लोक अधिक भाग्यवान की, हे गामा-गुंगा अधिक भाग्यवान, यांचा निर्णय करणे कठीण आहे.

— आणि तुमच्या स्मरणशक्तीला एकान्तात समोर उभी करून, कोणत्या प्रसंगांची कायमची नोंद तू करून ठेवली आहेस, असा प्रश्न तुम्ही केलात, तर ती एकाच प्रसंगाचा निर्देश करील, हे शक्य आहे काय? तपासनीस येताच कचेरीतील कारकून आपले सारे दप्तर उघडून त्याच्यापुढे ठेवतात, त्याप्रमाणे ती अनेक प्रसंगांचे आराखडे तुमच्यापुढे उभे करील. शैशवातील तुमच्या निर्मळ नजरेसमोर घडलेल्या काही गोष्टी, शाळेच्या चिमण्या जगात आलेले काही अनुभव, घराच्या चार भिंतींतील काही सुखदु:खे, यौवनाच्या प्रणयजीवनातील काही आशानिराशा, व्यवहाराच्या बाजारपेठेतील काही घडामोडी — कितीतरी प्रसंग, कितीतरी अनुभव आपण अविस्मरणीय आहोत, असा कोलाहल करीत तुमच्याभोवती गर्दी करतील.

मी विचार करू लागलो, तेव्हा अविस्मरणीय प्रसंगांचा असलाच कोलाहल माझ्यासमोर सुरू झाला. ते सारेच अविस्मरणीय आहेत, यात शंका नाही. एखाद्या मोठ्या वटवृक्षावर नाना प्रकारच्या पक्ष्यांनी आपली घरटी बांधून वास्तव्य करावे, त्याप्रमाणे ते प्रसंग माझ्या जीवनावर कायमची घरटी बांधून राहत आहेत, पण ते सारेच प्रकट करण्यासारखे नाहीत. त्यातील कित्येक चित्ररूपाने माझ्या डोळ्यांसमोर उभे राहतात, पण त्यांचा उच्चार मी स्वत:शीही करू शकत नाही. काही प्रसंग म्हणजे करुणरसाने काठोकाठ भरलेले घडे आहेत, ते रहदारीच्या चौकात रिकामे करण्याचा धीर मला व्हायला नाही. काही अनुभव अविस्मरणीय आहेत, पण ते विस्मरणीय नाहीत, याचाच मला खेद वाटतो. धूपाने परिमळलेल्या आणि निरंजनांनी उजळलेल्या देवालयाच्या गाभाऱ्यासारखे काही पावित्र्यपूर्ण आणि शांततादायक आहेत, पण या देवालयांचे दरवाजे इतरांना मी उघडू शकत नाही. या देवालयात फक्त पुजाऱ्यालाच प्रवेश आहे.

मग चारचौघांना मोकळ्या मनाने सांगण्यासारखे अविस्मरणीय प्रसंग आपल्या जवळ नाहीतच काय? आहेत. शिक्षकाने टेबलावर छडी आपटताच मुलांनी गर्दी मोडून पटापट आपल्या जागेवर शांतपणे बसावे, त्याप्रमाणे वरील गोष्टी उपस्थित करताच माझ्या भोवतालचा गलबला शांत झाला आहे आणि दोनच प्रसंग माझ्या नजरेसमोर उभे आहेत. एकात मी स्वत: नायक आहे आणि दुसऱ्यात मी अनेकांतील एक, सहस्त्रावधी लोकांतील केवळ एक आहे. एक माझ्या वैयक्तिक जीवनातील सन्मानाचा, अहंकाराचा क्षण आहे; तर दुसऱ्यात माझे व्यक्तित्वच शिल्लक उरलेले नाही. कडेकपारीतला एखादा क्षुद्र ओहळ गंगासिंधूसारख्या महानदीत मिळून जावा, लुप्त व्हावा; त्याप्रमाणे माझे लहान, क्षुद्र जीवन त्याप्रसंगी राष्ट्राच्या अथांग जीवनात मिळून गेले होते.

अपमान मनात ठेवावा आणि मान जनांत सांगावा, हा सनातन उपदेश या घटकेला तरी मला फारच सोयीस्कर वाटतो. कारण आता सांगत असलेला प्रसंग माझ्या मानाचाच आहे. त्या आठ-दहा अशिक्षित, अबोल - आणि सामान्य मित्रांनी माझ्या घरी येऊन माझा जो सन्मान केला, त्याचे विस्मरण मला कधीही झालेले नाही. कृतार्थतेचे सुख त्या सन्मानाने मला त्यावेळी जितके दिले, तितके इतरत्र कधीही लाभलेले नाही आणि तसे म्हटले तर, त्यात विशेष असे काही नव्हतेही! यात सांगण्यासारखे काय आहे, असे तुम्ही विचारू शकाल आणि तुम्ही सांगितलेल्या एखाद्या अनुभवात सांगण्यासारखे काय आहे, असे मीही विचारू शकेन. तुमच्या किंवा माझ्या भावनेची तार एखाद्या विशिष्ट प्रसंगानेच का छेडली जाते, हे सांगणे कठीण आहे आणि समजावून सांगणे त्याहूनही कठीण आहे.

एका दैनिक वृत्तपत्रातील माझा अखेरचा दिवस होता तो. दोन वर्षं रोज पाच-सहा तास मी जिच्यावर स्थानापन्न होत होतो, त्या सहसंपादकीय खुर्चीचा त्या दिवशी मी निरोप घेणार होतो. या काळात निर्माण झालेली भावबंधने तोडताना मला वाईट वाटत होते आणि आपल्या जीवनात काहीतरी बदल होत आहे, काही नावीन्य येत आहे, या कल्पनेने आनंदही होत होता. वरिष्ठांचा आणि सहकाऱ्यांचा निरोप घेऊन मी छापखान्यात गेलो. माझे खरे निकटचे सहकारी तेथे होते. मी खरडलेल्या मजकुराला ते सुंदर छापील स्वरूप देत, माझ्याकडून मथळे लिहून घेत, पानांची रचना करण्यासाठी माझी सल्लामसलत घेत, आणखी मजकूर द्या, म्हणून तगादा लावीत किंवा अधिक मजकूर झाला, म्हणून तक्रार करीत. रात्रपाळीला मी एकटा असताना अधूनमधून आपल्या सुखदु:खाच्या गोष्टी ते मला सांगत किंवा मी बृहस्पती आहे, असे समजून काही जागतिक प्रश्नांची माझ्याकडून माहिती घेण्याचा प्रयत्न करीत. या सहकाऱ्यांना भेटण्यासाठी मी आत गेलो.

सारेजण आपापल्या कामात व्यग्र होते. मी सर्वांना नमस्कार केला आणि

सर्वांचा नमस्कार घेतला. छापखान्यातील शिस्त कडक होती. क्षणभर दोघातिघांनी तिचा भंग करून माझ्याभोवती गर्दी केली आणि एकाने मला विचारले,

"तुम्ही राहता त्या घराचं नाव काय?"

"का बुवा? येणार आहेस की काय?"

"हो, संध्याकाळी येणार आहे. काम आहे जरा."

"ये, जरूर ये." मी उत्तरलो आणि घराच्या खाणाखुणा सांगून घरी आलो.

संध्याकाळी ती गोष्ट माझ्या ध्यानातही नव्हती. किंबहुना, केव्हा ध्यानात आली, तर एकजण आपल्याकडे काही कामासाठी येणार आहे, इतकीच जाणीव होई.

— आणि म्हणूनच त्याची हाक ऐकून मी दार उघडले, तेव्हा मला फार आश्चर्य वाटले. तो एकटा आला नव्हता, ते सारेजण आले होते. उंबऱ्याजवळ तो उभा होता आणि मागच्या लहानशा जागेत आठ-दहा जणांनी गर्दी केली होती, काहीतरी कट केल्याची भावना सर्वांच्या चेहऱ्यांवर दिसत होती. आपले झगे सावरीत रोमन सिनेटर्सनी सीझरवर गर्दी करताच त्याने त्यांचा कट ओळखला, त्याप्रमाणे मीही यांचा कट ओळखला आणि सर्वांचे स्वागत केले. छापखान्याच्या जगातील तैमूरलंग आणि नादिरशहा म्हणून ज्यांना मी म्हणत असे, त्यांनी माझ्या छोट्याशा खोलीचा कबजा घेतला, कोपरान् कोपरा व्यापून टाकला.

पुढील पाच मिनिटे माझे लक्ष नाही, असा सोयीस्कर समज करून घेऊन ते परस्परांना खुणावीत होते, एकमेकांशी कुजबुजत होते. अखेरीस त्यांच्या पुढाऱ्याने एका पिशवीतून एक नारळ काढला, एक पेढ्यांचा पुडा काढला, हार काढला, गुच्छ काढला आणि नंतर तोंडातून शब्दही काढले. या पहिल्या शब्दाचीच जणू सर्वजण वाट पाहत होते. ते बाहेर येताच सारेजण बोलू लागले.

त्यांनी केलेल्या माझ्या सत्काराचा आणि मी केलेला त्यांच्या स्वागताचा समारंभ पुढे पार पडला आणि नंतर ते निघून गेले.

हसत आणि थट्टाविनोद करीत मी त्यांना निरोप दिला, पण नंतर खोलीच्या एकान्तात माझे अंत:करण आनंदाने, कृतज्ञतेने, अनेक अबोध भावनांनी भारावून गेले. लोकांच्या चांगुलपणाचे आणि माझ्या समाधानाचे ओझे घटकाभर मला अगदी असह्य झाले होते.

— आणि दुसरा अविस्मरणीय प्रसंग तो माझ्याच जीवनातील अविस्मरणीय प्रसंग नाही. सर्व भारताच्या जीवनातील तो एक अविस्मरणीय प्रसंग आहे. सोन्याच्या अक्षरांत लिहिलेले आपल्या देशाच्या इतिहासातील ते एक अलौकिक पान आहे. या पानाच्या तळाशी, ज्याच्या जन्मामुळे या विराट देशाचे भाग्य उदयास

आले आणि शतकानुशतक पायदळी पडलेल्या पाषाणखंडातून ज्वाला झळाळू लागल्या, ज्याचे आदेश ऐकून दुर्बळता प्रबळ झाली आणि प्रबळता अधोमुख झाली, आत्मिक सामर्थ्याच्या उच्चासनावर उभे राहून ज्याने सर्व जगाला शांततेचा, स्वाभिमानाचा, स्नेहाचा संदेश दिला आणि रक्तसमुद्रात बुडणाऱ्या मानवांना एका उज्ज्वल आशेचे दर्शन घडविले, त्या नेत्याची - म. गांधींची - सही आहे.

ऑगस्ट ठराव पास झाल्यानंतर म. गांधींनी केलेल्या भाषणाचा प्रसंग होता तो. काँग्रेसच्या मंडपात असणाऱ्या भाग्यवानांत मी नव्हतो. बाहेरच्या मैदानावर बसून गांधींचे भाषण ऐकणाऱ्या अधिक भाग्यवानांत माझी जागा होती.

रात्री नऊ-दहाचा सुमार होता. सर्वत्र अथांग अंधार पसरलेला होता. सुमारे एक लक्ष माणसे मैदानावर पुतळ्यासारखी शांतपणे बसलेली होती. कोणीही उठत नव्हते, बोलत नव्हते, जाण्याचा प्रयत्न करीत नव्हते. आपल्या सर्व जीवनशक्तींचे श्रवणशक्तीत विसर्जन करून सारेजण मंडपाच्या दिशेने येणाऱ्या प्रत्येक शब्दाचे ग्रहण करीत होते. ध्वनिक्षेपकांतून येणाऱ्या त्या संथ, रेशमी शब्दांच्या धाग्यांनी लाख लोकांच्या जीवनांभोवती एक जाळे विणले जात होते. एकाच बंधनात सारेजण बांधले जात होते. अगणित वैयक्तिक जीवनांचे प्रवाह एकत्रित होऊन, त्यांचे एक अफाट सरोवर झाले होते आणि या सरोवराच्या पृष्ठावर गांधींची वाणी समीरणाप्रमाणे संचार करीत होती. समीरण म्हटले, पण गांधींच्या शब्दांत केवळ समीरणाची शीतलता नव्हती, त्यात दावानलाची दाहकताही होती. मंडपाच्या पडद्याआड बसलेल्या त्या असामान्य जादूगारानं आम्हा लाख लोकांना मंत्रमुग्ध करून टाकले होते. भोवताली गर्द काळोख असूनही आमची जीवने घटकाभर प्रकाशित झाली होती व तेजोमय झाली होती. अंधारात बसून आयुष्यभर ज्या क्षणाची वाट पाहावी, असा क्षण होता तो.

✱

श्री. वि. वा. शिरवाडकर

एक लाखाचे बक्षीस

परिचय

खांडेकरांनी १९२० च्या आसपास लेखनाला सुरुवात केली. पहिली पाच-दहा वर्षे ते कविता, टीका व विनोदी लेख लिहीत असत. त्यानंतर त्यांनी काव्य व विनोदी ही दोन्ही क्षेत्रे सोडली आणि लघुकथेच्या क्षेत्रात प्रवेश केला. लघुकथेच्या पाठोपाठ ते लघुनिबंध लिहू लागले. त्यानंतर त्यांनी कादंबऱ्या लिहिल्या व पुढे काही वर्षांनी चित्रपटलेखनही केले.

त्यांचा पहिला लघुनिबंध १९२७ साली प्रसिद्ध झाला. आतापर्यंत 'वायुलहरी', 'सायंकाल', 'तिसरा प्रहर' वगैरे त्यांचे नऊ निबंधसंग्रह प्रसिद्ध झाले आहेत. 'एक लाखाचे बक्षीस' हा त्यांचा लघुनिबंध 'कल्पलता' या संग्रहातून घेतला आहे.

मंडईतून भाजी आणणे ही सध्याच्या काळातली एक मोठी अवघड कला आहे असे माझे पूर्ण अनुभवांती ठाम मत झाले आहे. कुशल नाटककाराला ज्याप्रमाणे गर्दीचे तंत्र अवगत असावे लागते, त्याप्रमाणे दोन पैशांचे अळू किंवा दोन आण्यांच्या भेंड्या खरेदी करणाराला ही त्याचे पुरेपूर ज्ञान हल्ली संपादन करावे लागते. दररोज सकाळी या गर्दीत सापडल्यावर सामान्य मनुष्य एका घटकेत तत्त्वज्ञ होतो. संसार म्हणजे धक्के खाणे आणि धक्के देणे, हे सत्य व्यासाच्या महाभारतापासून गिबनच्या रोमच्या इतिहासापर्यंत कुठल्याही महाग्रंथात मंडईइतक्या सुटसुटीतपणाने प्रतिबिंबित झालेले नाही. परमार्थाआधी प्रपंच करा, असा उपदेश रामदासस्वामी का करतात हे कोडेसुद्धा भाजीभोवतालच्या भाऊगर्दीत आपल्या चप्पल असलेल्या पायावर दुसऱ्या मनुष्याचा बूट असलेला पाय पडतो तेव्हाच उलगडते. बायकोने भाजी आणायला पाठविलेला नवरा परस्पर संन्यास घेऊन काशीला निघून गेला अशी एखादी गोष्ट हृदयस्पर्शी कुटुंबकथा लिहिणाऱ्या कुणा लेखकाने उद्या लिहिली तर निदान मला ती खोटी वाटणार नाही!

भाजी विकत घेण्याचे हे दिव्य अलीकडे आणखी एका गोष्टीमुळे मला

अग्निदिव्याहूनही भयंकर वाटू लागले आहे. मोठ्या कष्टाने आपण भाजीची पाटी गाठली तरी माळणीपाशी मोड नसल्यामुळे पुन्हा एक नवीनच पंचाईत दत्त म्हणून पुढे उभी राहते. तांब्याच्या पैशाला महाग झालेल्या मनुष्याला या जगात कोणी विचारीत नाही हा सनातन अनुभव भाजीमंडईतसुद्धा आपल्याला येतो.

ही आपत्ती टाळण्याकरिता मंडईकडे जाणाऱ्या बोळाच्या तोंडाशीच खिशातले पाकीट काढून आत किती मोड आहे हे मी दररोज मोजून पाहतो. पिशवीतली भाजी परत करण्याचा प्रसंग येण्यापेक्षा आधीच आपल्या पाकिटाची पत अजमावून पाहिलेली बरी, असे मला वाटते.

आज सकाळी मंडईत जाताना नेहमीप्रमाणे मी पाकीट उघडून पाहिले. आत चांगली तब्बल रुपयाची मोड आहे हे पाहून अमेरिका युद्धात पडल्यानंतर इंग्लंडला जेवढा आनंद झाला नसेल, तेवढा मला झाला. मी भोवतालच्या लोकांकडे मोठ्या ऐटीने पाहू लागलो. त्यांच्यापैकी कोणाच्याही खिशात एक रुपयाची मोड असणे शक्य नाही अशी माझी खात्री होती.

कोंबड्याला आपल्या तुऱ्याचा किंवा मोराला आपल्या पिसाऱ्याचा केवढा अभिमान वाटतो! हे प्राणी जसे आपल्या सौंदर्याचे प्रदर्शन करतात, त्याप्रमाणे आपणही पाकिटातून ती रुपयाची मोड काढून सर्वांना आपले वैभव दाखवीत सुटावे अशी विचित्र इच्छा माझ्या मनात उत्पन्न झाली, पण रोगावरले औषध जसे निसर्गाने त्याच्याजवळच निर्माण करून ठेवलेले असते, त्याप्रमाणे अहंकारावरील उताराही जगात बहुधा त्याच्या शेजारीच आढळतो. आताही तसेच झाले. चालता चालता उजव्या बाजूच्या एका दुकानदाराकडे मी सहज पाहिले. त्या दुकानापुढे एक छोटासा काळा फळा काहीतरी लिहून उभा करून ठेवला होता. आमच्या कोल्हापुरातल्या कपिलतीर्थात त्रिवेणीसंगम होत असल्यामुळे- म्हणजे सकाळी भाजीमंडई, संध्याकाळी व्याख्यानाचे व्यासपीठ व रात्री म्हशी पिळण्याची जागा असे त्याचे त्रिविध स्वरूप असल्यामुळे- कुणाच्या तरी संध्याकाळच्या व्याख्यानाची ती जाहिरात असावी अशी कल्पना माझ्या मनात येऊन गेली. मी त्या फळ्यावरील मजकूर न वाचताच पुढे जाणार होतो, पण माणसाच्या मनापेक्षा त्याचे डोळे अधिक रसिक असतात. किंचित मागे वळून त्या फळ्यावरली पहिली अक्षरे मी वाचली. ती वाचताच माझे पाऊल जागच्या जागी खिळले. त्या फळ्यावर मोठ्या अक्षरात लिहिले होते—

'एक लाखाचे बक्षीस!'

हे बक्षीस माझ्या पाकिटातल्या रुपयाच्या मोडीला हिणवीत आहे असा मला भास झाला. लगेच माझ्या मनात आले, एखाद्या कादंबरीला हे बक्षीस कोणी लावले असेल तर काय बहार होईल! एकदाच मन लावून एक सुंदर कादंबरी लिहिली की,

आपली जन्माची ददात दूर होईल! लगेच मला वाटले, स्वर्गात कुबेराला असले बक्षीस ठेवण्याची लहर आली तर तोसुद्धा एक लाखाची भाषा तोंडातून काढणार नाही. मग या पृथ्वीतलावर, त्यातून हिंदुस्थानात आणि त्यातही महाराष्ट्रात-सहारात अमृत किंवा काळ्या बाजारात प्रामाणिकपणा शोधायला जाणाऱ्या शहाण्याचे सख्खे भाऊ आहोत आपण.

'एक लाखाचे बक्षीस!'

ती अक्षरे जणूकाही मला हसून बोलवीत होती. ते बक्षीस कशाकरिता आहे हे पाहण्यासाठी मी पुढे झालो. 'एक लाखाचे बक्षीस!' या अक्षरांखाली 'गोल्डन फॉन' असे शब्द होते. 'गोल्डन फॉन'चा अर्थ 'सोनेरी हरीण' असा होतो, इथपर्यंत माझ्या ज्ञानाने मला मदत केली, पण हा सोनेरी हरीण कुठे आहे? इसापनीतीत सोन्याची अंडी घालणारी एक हंसी आपण लहानपणी पाहिली होती. तिचाच हा कोणी दूरचा नातलग-बितलग आहे की काय?

सोडतीत किंवा शर्यतीत मिळणारे हे बक्षीस आहे हे एकदम माझ्या लक्षात आले. साप दिसावा तसा दचकून मी दूर झालो आणि मुकाट्याने पुढे चालू लागलो. मनुष्याने स्वतः हवे तर नाठाळ घोड्यावर बसावे, पण आपल्या नशिबाला अगदी उमद्या घोड्यावरसुद्धा कधीही बसू देऊ नये, असे मला नेहमीच वाटत आले आहे. त्यामुळे त्या एक लाखाच्या बक्षिसाचा विचार सोडून देऊन मी मिरच्या-कोथिंबिरीच्या दरांची चौकशी करू लागलो.

पण माणसाचे मन किती विचित्र आहे! 'आणखी थोड्या मिरच्या घालून वाटे सारखे कर' असे म्हणून मी दोन पैशाच्या मिरच्या एकीकडे खरेदी करीत होतो, पण दुसरीकडे माझे मन म्हणत होते- हे लाख रुपयांचे बक्षीस जर आपल्याला मिळाले तर दररोज मंडईला येण्याची नि दोन-दोन पैशांच्या मिरच्या घेण्याची आपली ही दैनंदिन दगदग तरी वाचेल. आपण एकदम शंभर रुपयांच्या मिरच्या घेऊन टाकू! पण छे! लक्षाधीश माणसे काही कधी स्वतः मंडई करीत नाहीत! त्यांची भाजी त्यांच्या नोकरचाकरांनीच आणली पाहिजे. आता नोकर चांगली भाजी आणीत नाहीत अथवा पैसे खातात असे वाटले तर आपण स्वतः भाजीला यायला काही हरकत नाही, मात्र ते काही असे पायी रखडत नाही यायचे! अगदी विमानातून उतरायचे इथे!

अरेच्या! या मंडईपाशी विमान उतरविण्याची काहीच सोय नाही की! उद्या लाख रुपये मिळाल्यावर आपले या कोल्हापुरात राहून भागायचे नाही हेच खरे! मग कुठे बरे आपले बिऱ्हाड करावे? मुंबई-लंडन-न्यूयॉर्क-

मिरच्या घ्यायला पुढे सरसावलेल्या एका म्हातारेबुवांनी चांगली कोपरखळी

मारली, तेव्हा कुठे माझ्या अंगात संचारलेला हा शेख महंमद अदृश्य झाला.

मात्र मंडई करून मी घरी परत यायला निघालो तेव्हा बोळातल्या डाव्या बाजूच्या त्या काळ्या फळ्याकडे माझे डोळे पुन्हा वळल्यावाचून राहिले नाहीत. ती मोठी अक्षरे मी पुन्हा अधाशीपणाने वाचली-

'एक लाखाचे बक्षीस!'

माझे मन राहून राहून त्या बक्षिसाचा विचार करू लागले. घोड्यावर पैसे लावणारे लोक गाढव असतात असे मी आजपर्यंत उघडउघड म्हणत आलो होतो पण आता माझ्या मनात एक विचार हळूच डोकावू लागला. आपणही एकदा गमतीदाखल केवळ चूष म्हणून - या गोल्डन फॉनवर पैसे लावून पाहायला काय हरकत आहे? आपण पैसे लावले होते हे आपल्याला बक्षीस मिळाले तरच लोकांना कळण्याचा संभव आणि मग तेच काय, आणखी शंभर गुप्त गोष्टी लोकांना कळल्या म्हणून त्याची फिकीर कोण लेकाचा करतो? या जगात श्रीमंतांना शंभर गुन्हे नेहमीच माफ असतात. केवळ तत्त्वासाठी उभ्या जन्मात सोडतीचे एक रुपयाचे तिकीटसुद्धा आपण कधी विकत घेतले नाही, पण या तत्त्वनिष्ठेचा तसे पाहिले तर आपणाला काय उपयोग झाला आहे? गतवर्षी बेळगावच्या कुठल्या तरी एका हॉटेलवाल्या आणि परवा साळगावच्या कुठल्या तरी न्हाव्याला लॉटरीत आठ आठ हजारांची बक्षिसे आली. त्या न्हाव्यापेक्षा काय आपण अधिक कमनशिबाचे असू? चित्रपटांतल्या नटांनी-विशेषत: नटींनी- सोडती किंवा शर्यती यांचा आश्रय करू नये असे म्हणणे एक वेळ बरोबर होईल. कारण त्यांचे भाग्य त्यांच्या सुंदर चेहऱ्यावरच लिहिलेले असते आणि घोड्याइतकी मालक म्हणून घेणारी माणसे फसवी नसतात हा अनुभवही त्यांना अहोरात्र येत असतो! पण ही हातांच्या बोटांवर मोजता येण्याजोगी भाग्यवान माणसे सोडून दिली तर माझ्यासारखे जे असंख्य दरिद्री जीव या जगात आहेत, त्यांना लॉटरीचा किंवा शर्यतीचा आश्रय करण्याची इच्छा एखादेवेळी झाली तर त्यात नवल ते कसले? फार झाले तर आपण पैसे लावल्याची गोष्ट अगदी गुप्त ठेवू. ज्या जगात प्रेमसुद्धा चोरून करावे लागते आणि राष्ट्राची भवितव्ये ठरविणारे तह अगदी अंधारात होतात, तिथे सामान्य मनुष्याने अष्टौप्रहर सत्याचे स्तोम माजविण्यात काय अर्थ आहे?

उद्या भाजीला जाताना 'गोल्डन फॉन'वर पाच रुपये लावून आपल्या नशिबाची परीक्षा पाहायचे मी ठरविले तेव्हा कुठे माझे मन स्वस्थ झाले, पण हा स्वस्थपणा काही फार वेळ टिकला नाही. दुपारी जेवून मी वामकुक्षीकरिता आडवा झालो. माझा डोळा लागतो न लागतो तोच मला एक स्वप्न पडले. त्या स्वप्नात वर्तमानपत्रे विकणारी पोरे मोठमोठ्याने माझे नाव घेऊन ओरडत होती- 'एक लाखाचं बक्षीस',

'एक लाखाचं बक्षीस!' त्या आरडाओरड्याने दचकून मी जागा झालो. आपल्याला लाख रुपये मिळायला अजून अवकाश आहे हे कळत असूनही या रकमेचा विनियोग कसा करायचा याचा मी बारकाईने विचार करू लागलो.

गावाहून आलेल्या वडिलांनी खाऊचा पुडा सोडताच, घरातील चिल्लीपिल्ली जशी त्यांच्याभोवती 'मला, मला' म्हणत गोळा होतात त्याप्रमाणे माझ्या सर्व अतृप्त इच्छा आणि वासना त्या लाख रुपयांभोवती बेछूटपणाने नाचू लागल्या. नाही म्हटले तरी गेली तीस वर्षे, अगदी कॉलेजात गेल्यापासून- ब्लेझरचा एक सुरेख कोट शिवायचे माझ्या मनात आहे. कॉलेजात असताना खानावळवाल्याची बिले चुकती करण्यापेक्षा त्याचे तोंड कसे चुकवावे या विवंचनेतच माझे दिवस गेल्यामुळे त्यावेळी इतरांचे ब्लेझर कोट पाहून 'कालोह्ययं निरवधिर्विपुला च पृथ्वी' हा भवभूतीचा चरण गुणगुणण्यापलीकडे मला दुसरे काही करता आले नाही. पुढे शिरोड्याला शिक्षक झाल्यावर साधा कोट शिवायचीच मला मारामार पडू लागली. अर्थात माझ्या मनोराज्यातल्या ब्लेझर कोटाला 'They also serve, who only stand and wait' या मिल्टनच्या उक्तीचा आश्रय करणे प्राप्तच होते. मी चित्रपटकथा लिहू लागल्यापासून त्या कोटाने आपले घोडे विशेष जोराने दामटायला सुरुवात केली, पण कुठल्याही कंपनीच्या नव्या चित्राच्या कपड्यांतून परस्पर ब्लेझरचा कोट काढणे हे कथालेखकापेक्षा व्यवस्थापकालाच शक्य असल्यामुळे माझी ही हौस गेल्या आठ वर्षांत तशीच राहून गेली. आता मात्र मी मनात पक्के ठरवून टाकले- हे लाख रुपये मिळताच ब्लेझरचे तीनचार निरनिराळ्या रंगांचे झकास कोट शिवून टाकायचे. माझे मलाच हसू आले. अवघे तीन-चार? छे! भिक्षुकाला मोठे दानसुद्धा मागता येत नाही हेच खरे. आपण एकदम सात ब्लेझरचे कोट शिवायचे! सात रंगांचे सात कोट! आठवड्यातील एकेक दिवसाला एकेक कोट! प्रत्येक दिवसाला निराळा रंग!

या लाख रुपयांतून आणखी काय काय बरे करायचे? बस्स! ठरले! यापुढे पहिल्या वर्गाच्या डब्यातून प्रवास करायचा. ज्याला घोडा म्हणतात, तो प्राणी असतो, हे जसे वाल्मीकीच्या आश्रमातील भावी कुमारांना ठाऊक नव्हते, त्याप्रमाणे मलाही आतापर्यंत पहिल्या वर्गाच्या डब्याच्या अंतरंगाची मुळीच कल्पना आलेली नाही. खाड खाड बूट वाजवीत किंवा आपला नटवा पोशाख सावरीत निर्बुद्ध चेहऱ्याचे पुरुष आणि स्त्रिया पहिल्या वर्गाच्या डब्यात प्रवेश करताना पाहिल्या की, क्षणभर का होईना मला त्यांच्या भाग्याचा हेवा वाटतो. मी स्वत:शी म्हणालो, 'आता हे असमाधान मनात राहू द्यायचे आपल्याला काय कारण आहे? आपण पहिल्या वर्गाने कितीही प्रवास केला तरी हे लाख रुपये लवकर थोडेच खलास होणार आहेत.'

मी मनात म्हणू लागलो, 'आता प्रवास करायचा तो काही मुंबई ते कोल्हापूर आणि कोल्हापूर ते शिरोडे असा लुटुपुटीचा नाही. लहानपणी आपल्या मालकीच्या नसलेल्या मासिकांतून मोठमोठ्या प्रेक्षणीय स्थळांची चित्रे आपण कापून ठेवली होती. तो चोरीचा चित्रसंग्रह सध्या आपल्यापाशी नसला तरी केवळ स्मरणशक्तीच्या बळावर आपल्याला काय काय पाहावयाचे आहे ते एका घटकेत निश्चित करता येईल.

त्यावेळी कृष्णेत डुंबताना एक कल्पना नेहमी माझ्या मनात येई. आपण असेच पोहत पोहत खाली गेलो तर मच्छलीपट्टणपर्यंत जाऊ. तिथे कृष्णामाई समुद्राला मिळते. ते संगमाचे दृश्य किती मनोहर दिसत असेल? आता हा संगम पहिल्यांदा पाहायचा.

तो पाहून झाला की मग मदुरेचे देवालय! लपंडाव खेळायला हे फार चांगलं देऊळ आहे असे त्याच्या चित्रावरून मला लहानपणी वाटे. ते खरे आहे का खोटे आहे हे आता अनुभवान्ती कळेलच. ते देवालय पाहून झाल्यावर मग गिरसप्पाच्या धबधब्याकडे जायचे! इंग्रजी शाळेत आपण पहिल्यांदा त्याचे चित्र पाहिले तेव्हा रविवर्म्याचे गंगावतरणाचे चित्र एकदम आपल्या डोळ्यांपुढे उभे राहिले होते. शंकराच्या विशाल आणि कृष्ण जटाभाराप्रमाणे दिसणारा तो डोंगर, त्या जटाभारातून चमकत चमकत बाहेर पडणाऱ्या गंगातरंगांप्रमाणे या डोंगरावरून खाली उड्या घेणारे शरावतीचे रूपेरी प्रवाह- हे भव्य सौंदर्य डोळे भरून पाहायची आपली इच्छा आता लवकरच सफल होणार म्हणून माझे मन कसे उल्हसित होऊन गेले.

या उल्हासाच्या भरात मी स्वत:शीच म्हणालो- 'आम्ही हिंदी लोक अजून कूपमंडूक आहोत यात शंका नाही. चांगले एक लाख रुपये उद्या आपल्या खिशात येऊन पडणार आणि आपण मारे प्रवासाचे बेत करतोय ते सारे मदुरेचे आणि गिरसप्पाचे! ते काही नाही! हे लाख रुपये हातात पडले की, पहिल्यांदा परदेशाच्या प्रवासाची तयारी करायची.

मेरी कॉरेलीच्या 'थेल्मा' कादंबरीत नॉर्वेसारख्या उत्तर ध्रुवाकडच्या देशातल्या मध्यरात्रीच्या सूर्योदयाचे किती अद्भुतरम्य वर्णन आपण दोन तपांपूर्वी वाचले होते. तो सूर्योदय आता आपण डोळ्यांनी पाहू शकू. पनामा कालवा तयार होऊन अटलांटिक व पॅसिफिक या दोन महासागरांची पहिली भेट झाल्याची हकिकत आपण तीस वर्षांपूर्वी वर्तमानपत्रात वाचली होती. आता आपल्याला या महासागरांच्या मीलनाचे भव्य दृश्य डोळ्यांनी पाहता येईल. इजिप्तमधील पिरॅमिड, महाकवीला शोभेल असाच मृत्यू शेलेला यावा म्हणून समुद्राने अचानक वादळ उत्पन्न करून ज्या ठिकाणी त्याला आपल्या अनंत मंदिरात नेले ती जागा, शेक्सपिअरची जपून ठेवलेली खुर्ची, मॅझिनीची समाधी, काचेच्या पेटीतील लेनिनच्या मृण्मय मूर्तीचे

दर्शन- छे! पृथ्वी पर्यटनाला निघायच्या आधीच आपण साऱ्या प्रेक्षणीय गोष्टींची यादी करायला हवी! नाहीतर गडबडीत कितीतरी गोष्टी पाहावयाच्या राहून जातील नि हिंदुस्थानात परत आल्यावर आपण हे पाहिले नाही नि आपण ते पाहिले नाही म्हणून मनाला जन्मभर चुटपुट मात्र लागेल.

हा प्रवास संपला की, एक सुंदर लायब्ररी करायच्या नादाला आपण लागणार. हवी ती पुस्तके वेळेवर न मिळाल्यामुळे सध्या आपली किती कुचंबणा होते. कित्येक श्रीमंतांचे ग्रंथसंग्रह फार छान असतात, पण त्यांच्या मालकांची ग्रंथाविषयीची कल्पना तुमच्या आमच्यापेक्षा फार निराळी असते. पुस्तके ही वाचण्यासाठी नसून वैभवाच्या प्रदर्शनासाठी असतात, अशा समजुतीनेच हे लोक वागतात. ज्यांचे नखसुद्धा लोकांच्या दृष्टीला कधी पडायचे नाही, अशा हजारो सुंदर स्त्रिया जनानखान्यात बाळगणाऱ्या एखाद्या म्हाताऱ्या सुलतानाचे हे पट्टशिष्य. जाऊ दे, लाख रुपये मिळाल्यावर आपली लायब्ररी पाहायला बोलावून त्यांच्या डोळ्यांत चांगले अंजन घालू आपण.

पृथ्वीपर्यटन, उत्तम ग्रंथसंग्रह, जिथून समुद्र अष्टौप्रहर दिसू शकेल असा शिरोड्याजवळच्या टेकडीवर बांधायचा टुमदार बंगला- एक-दोन कितीतरी अतृप्त इच्छा भराभर माझ्या डोळ्यांपुढे साकार होऊ लागल्या.

लगेच मला वाटले- स्वप्नातील श्रीमंतीसुद्धा मनुष्याला अधिक आत्मनिष्ठ करते यात शंका नाही. आतापर्यंत आपण आपल्या स्वत:च्या सुखाचा विचार करीत होतो. आपल्या जोडीने ज्यांनी अनेक उन्हाळे-पावसाळे पाहिले, संसाराच्या प्रवासात पायांना चटके बसत असूनही ज्यांनी हसत, जणूकाही आपण फुलांच्या पायघड्यांवरून चालत आहो असे आपल्याला भासविले. त्या आपल्या कुटुंबातील माणसांच्या अतृप्त इच्छा आपल्या इच्छांइतक्याच महत्त्वाच्या नाहीत काय? आपल्या हातून एकदा काशीयात्रा घडावी असे आपल्या बहिणीच्या मनात कधीच आले नसेल? बरोबरीच्या बायकांची हिऱ्याची कुडी पाहून तसली कुडी आपल्याही कानात असावीत अशी इच्छा आपल्या पत्नीला कधीच झाली नसेल का? मला त्रास होऊ नये म्हणून या दोघींनी या आपापल्या इच्छा माझ्यापाशी कधीही बोलून दाखविल्या नसतील! पण-

रात्री जेवण झाल्यावर एकीकडे पेंगळत आणि दुसरीकडे खेळत मुले माझ्याभोवती किलबिल करू लागली, तेव्हा त्यांच्याही इच्छा विचारून घेऊन आपल्याला मिळणाऱ्या एक लाखाची व्यवस्था पुरी करून टाकावी असे माझ्या मनात आले. मी चारी मुलांना प्रश्न केला,

"आपल्याला आता एक लाख रुपये मिळणार आहेत. त्या रुपयांतून तुम्हाला काय काय हवं ते..."

मला वाक्य पुरे करू देण्याची सवडसुद्धा न देता अवी ओरडला, "मला लाख रुपयांचं आइसक्रीम हवं!"

एक लाखाचं आइसक्रीम! मी थंडच झालो! एखाद्या महासागरात हिमालय घालूनच हे आइसक्रीम तयार करायची व्यवस्था करावी लागेल असे मला वाटले.

मी मंदाकडे पाहिले. ती गंभीरपणे उद्‍गारली, "मी गुलाबाची फुलं घेईन एक लाख रुपयांची!" घरात एका दिवसापुरते का होईना, काश्मीर निर्माण करण्याचा तिचा बेत दिसला!

"तू काय करणार?" मी लताला विचारले, "मी बाहुल्या घेणार!" तिने आपल्या स्वप्नाळू डोळ्यांनी माझ्याकडे पाहत उत्तर दिले.

एक लाख रुपयांच्या बाहुल्या! घराचे दुकान बनवायचा कल्पलताबाईचा हा विचार ऐकून मला हसूच कोसळले.

इतक्यात सुलभा माझ्या गळ्याला मिठी मारून म्हणाली, "मी शांगू भाऊ?"

एक लाख रुपयांची जिला कल्पनासुद्धा करता येणार नाही ती ही साडेतीन वर्षांची पोरटी बहुधा लाख रुपयांच्या पेढ्यांची मागणी करणार असे मला वाटले. मी लक्ष देऊन ती काय म्हणते ते ऐकू लागलो. ती हळूच म्हणाली, "आपण भाकली घेऊ या!"

"भाकरी?"

"हं? नि ती रोज पंढलीनाथाला घालू या!"

पंढरीनाथ! मी घड्याळाकडे पाहिले. साडेनऊ व्हायला आले होते. नेहमीप्रमाणे रस्त्यावरून करुण आक्रोश ऐकू येऊ लागला- 'पंढरीनाथा इट्टला मायबापा, कुणीतरी या गलीमदी अर्ध्याकोर भाकरीची दया कराऽऽऽ'

सुलभा माझ्या मांडीवरून उठून आत जाऊन पंढरीनाथाला घालण्याकरिता आईकडे भाकरी मागू लागली.

क्षणार्धात एक चतकोर घेऊन ती धावत बाहेर आली. अंधारातच ती जिना उतरू लागली. पायरी-बियरी चुकून ती जिन्यावरून पडेल म्हणून मी तिच्या पाठीमागून गेलो.

सुलभाने गडबडीने दार उघडले आणि 'पंढलीनाथा' म्हणून हाक मारली.

नऊ-दहा वर्षांचे एक पोर पुढे आले. गच्चीतल्या दिव्याचा प्रकाश आता त्याच्यावर पूर्णपणे पडला होता. त्याच्या अंगावरल्या त्या मळकट चिंध्या- त्या चिंध्यांतून दिसणाऱ्या त्याच्या बरगड्या, त्याचे ते भकास डोळे, त्याच्या हातातल्या रुंद तोंडाच्या मडक्यात गोळा झालेले ते शिळे उष्टे अन्न-

मी शरमेने मान खाली घातली. माझ्या अविनाशाएवढ्याच असलेल्या या मुलाला चार उष्ट्या घासांकरिता अपरात्री अंधारात कंठशोष करीत फिरावे लागत

असताना, याच्यासारखी एक लाखच काय, दहा लाख मुले माझ्या देशात या क्षणी केविलवाण्या तोंडाने पोटाची खळगी भरण्याकरिता भीक मागत असताना जुगार खेळून केवळ चैनीकरता एक लाख रुपये मिळविण्याची कल्पना माझ्या मनाला शिवावी याची लाज वाटली मला.

त्या क्षणी फाउस्ट नाटकाची मला तीव्रतेने आठवण झाली. शरीरसुखाकरिता आपला आत्मा सैतानाला विकणारा महापंडित गटेने त्यात चित्रित केला आहे. मला वाटले- विसावे शतक हे यंत्रयुग नाही; हे आत्मे विकत घेणाऱ्या सैतानाचे युग आहे. ज्यांच्यापायी मनुष्य आपली माणुसकी विसरतो, अशा मोहांनी भरलेले युग आहे हे. या युगात सैतान विनाकष्ट मिळणाऱ्या पैशाच्या रूपाने अवतार घेतो. कष्टावाचून विलास उपभोगायला सवकलेला प्रत्येक मनुष्य आपण हजारो माणसांना जनावराप्रमाणे आयुष्य कंठायला भाग पाडीत आहोत, ही जाणीव या सैतानाच्या उन्मादक सहवासात विसरून जातो. एक लाख रुपयांत काय काय करायचे यासंबंधीचे माझे सारे संकल्प- अवीचे आइसक्रीम, मंदाची फुले नि लताच्या बाहुल्या यांच्यात आणि माझ्या अतृप्त इच्छांत असे काय मोठे अंतर आहे?

अगदी निढळाच्या घामात जरी आपल्याला एक लाख रुपये उद्या मिळाले तरी पंढरीनाथासारखी मुले समाजात असेपर्यंत त्या पैशांचा उपभोग घेण्याचा आपल्याला अधिकार नाही.

दार लावून सुलभा वर येऊ लागली. तिच्याकडे पाहता पाहता लहान मुलेच मोठ्या माणसांना मार्गदर्शक होतात (The child is the father of man) ही वर्डस्वर्थची आजपर्यंत निव्वळ काव्यमय वाटणारी उक्ती अत्यंत वास्तव आहे अशी माझी खात्री झाली. इंद्रधनुष्याच्या दर्शनाचा आनंद अतिशय लहान मूलच जसा उत्कटतेने घेऊ शकते, त्याप्रमाणे आपण सारे भाऊ भाऊ आहोत या मानवधर्माच्या मूलभूत भावनेचाही आविष्कार त्याच्या हृदयात लीलेने होतो.

वर येताच सुलभाने मला विचारले, ''भाऊ, एक लाखाची भाकरी देनाल ना मला?''

मी म्हणालो, ''ते लाख रुपये माझ्यापाशी नाहीत! तुझ्यापाशी आहेत.''

ती आश्चर्याने माझ्याकडे पाहू लागली.

मी तिला जवळ ओढून तिच्या गालाचा गोडगोड पापा घेत म्हणालो,

''हे माझं एक लाखाचं बक्षीस।''

✯

श्री. वि. स. खांडेकर